நாட்டியக்காரி

வல்லிக்கண்ணன்

Title: Naatiyakaari

Author: Vallikannan

Language: Tamil

First Published on: 1951

Year of Publication: 2024

Book Format: Paperback

*Page Size: 6inch * 9inch*

Category: Fiction

Subject: Short Stories

No. of pages: 92

ISBN: 978-81-997361-2-2

Published by: Nilan Publishers, Madurai, Tamilnadu, India

பொருளடக்கம்

குறிப்புகளுக்காக

சமர்ப்பணம்

அழகுக் கனவுகள் ஏந்திய அரும்பை மலரச் செய்கிறது பனித்துளி.

வண்ண மலரின் இனிய மணத்தை எங்தம் எடுத்துச் செல்கிறது தென்றல். கலைஞன் உள்ளத்தில் கலைக்கனவுகள் மலர உதவும் பனித்துளி ரசிகனின் பாராட்டுதல்.

கலைஞனின் கலைமணம் எங்கும் பரவ உதவுவது ரசிகனின் ரசனை.

என்வாழ்வும் பூங்காவில் ஆர்வமளிக்கும் பனியென, உற்சாகம் தரும் இன்பத் தென்றல் போல வந்து சேர்ந்த இனிய நண்பர், திருவனந்தபுரம், திரு எஸ்.சிதம்பரம் அவர்களுக்கு இந்நூல் சமர்ப்பணம்.

வல்லிக்கண்ணன்

கதைகளைப்பற்றி

கண்ணாடியில் நம்முடைய முகத்தைப் பார்த்துக் கொள்ள ஒவ்வொருவரும் விரும்புகிறோம். அதைப் போலவே நமது அகத்தையும் பார்த்துக்கொள்ள வேண்டுமென்ற ஆசை ஒவ்வொருவருக்கும் உண்டா கிறது. அந்த ஆசையைத் தீர்த்துவைப்பதுதான் கலை உலகு என்னும் கண்ணாடி.

திரு. வல்லிக்கண்ணன் ஒரு கலைஞன்; உள்ளதை உள்ளபடி எடுத்துக் காட்டும் கண்ணாடியைப்போன்ற தன்மையுடைய கலைஞன். அதன் விளைவாகத்தான் அகத்தின் மூலை முடுக்கும், எல்லைப்புறமும், அடிமட்டமும் அவர் கதைகளுக்கு விஷயமாகின்றன.

அதன் விளைவாகத்தான் மனத்தின் அழுக்கும் திருட்டுத்தனமும் அவர் கையில் படாதபாடு படுகின்றன.

"நாட்டியக்காரி" என்ற இத்தொகுதியில் அவர் கருத்தையும்,கலையையும் ஓரளவுக்கு வெளிப்படுத்தி இருக்கிறார். "திருஷ்டிக் கோளாறு" என்ற கதையில் ஒரு எழுத்தாளன் வருகிறான். தன் மனைவியைக் கோபித்துக்கொள்ளும் பொழுது 'பின்னால் நிற்காதே இப்படி முன்னால் வந்து தொலை' என்று சீறுகிறான் உண்மையில் சீறுவது ஆசிரியர்தான். நம்முடைய உள்ளத்திலும், சமூகத்திலும் மறைந்து திரியும் உணர்ச்சிகளையும், ஊழல்களையும் கண்டு பின்னால் நிற்காதே முன்னே வந்து தொலை' என்று புழுங்கி வெடிக்கும் ஆசிரியரின் பேச்சாகத் தொனிக்க வில்லையா?

ஏறக்குறைய எல்லாக் கதைகளையும் இந்த அடிப்படையின்மீது எழுப்பி இருக்கிறார். பரத நாட்டியத்தை இப்பொழுதெல்லாம் புகழுகிறோமல்லவா? உண்மையில் போற்றுவது நாட்டியத்தையா, நாட்டியக்காரியையா? நாமென்னவோ நடனத்தைப் புகழ்வதாகத்தான்

நினைக்கிறோம். ஆனால் ஆசிரியரின் கூர்மையான கண்களுக்கு வேறொரு உண்மை புலனாகிறது. நாட்டியக்காரியின் மீது ஏற்படும் மோகம், நாட்டியத்தைப் போற்றுவதாக மாறுவேஷமிட்டு, நம்மை ஏமாற்றுகிறது என்ற உண்மையைக் கண்டுபிடித்து நமக்கு அந்தக் கதையில் காட்டுகிறார்.

இதே மாதிரி ஆண் பெண் உறவில் ஒளிந்திருக் கும் ரகசியங்களை 'சிருஷ்டிக் கோளாறு', 'வாணியின் புதிர்' என்ற கதைகளில் வெட்டவெளிச்சமாக்கியிருக்கிறார். (இவை எப்படி இரண்டு கதையாகும்?) 'பழகிய பால்' முதலிய இந்த இனத்தைச் சேர்ந்தவை.

இதே கலைத்திறனுடன் சமூக அமைப்பையும். பொருளாதாரத் துறையையும் ஆசிரியர் சில கதைகளில் சோதித்திருக்கிறார். 'வாழ்க்கை', 'தினசரிப் பிழைப்பு', 'காணிக்கை முதலிய நெஞ்சை உருக்கும் அழகிய சித்திரங்கள்.

இவ்வளவு கருத்தழகும், உயர் நோக்கும், நடை யழகும் நிறைந்த இக்கதைத் தொகுதிக்கு முகவுரை எதற்காக?

ந.பிச்சமூர்த்தி

கண்ணோட்டம்

கொஞ்ச நேரம்தான் இருக்கிறது, மணி அடிப்பதற்கு மணியைப் பற்றியோ, மார்க்குகளைப் பற்றியோ கவலைப்படாத மாணவர் கள் காகிதத்தை மடித்துக் கொடுத்துவிட்டுப் போகிறார்கள். மணி அடித்தாலும், வாத்தியார் பிடுங்கும் வரை, எழுதிக்கொண்டே இருக்கப்போகிற ஒன்றிரண்டுபேர் வேகமாகப் பேனா ஓட்டுகிறார்கள். 'திருப்பிப் படியுங்கள்... எழுதியதைத் திரும்பப் படித்துப் பாருங்கள்' என்ற வாத்தியாரின் அதிகாரம் மற்றவர்கள் கண்களை தாங்கள் எழுதியவற்றின்மீது ஓடவைக்கிறது, அரைகுறை மன துடன், பரிட்சை எழுதும் மாணவர்களுக்கு, தாங்கள் எழுதியவற்றைத் திரும்பவும் படிப்பது என்பது கசப்பான காரியம்தான்.

ஆனால், தான் எழுதியவற்றை அச்சில் கண்டு திரும்பப் படித்துப் பார்ப்பதில் எழுத்தாளன தனி மகிழ்வு பெறுகிறான். சில வருஷங்கள் கழித்து திரும்பவும் படிக்கும்போது இன்பம் மட்டும் தானா ஏற்படுகிறது? அந்தக் கதைகளை எழுதத் தூண்டிய காரணங்கள் நினைவின் மேலோட்டத்துக்கு வருகின்றன, எவ்வளவோ எண்ணச் சுழிப்புகளை இசைத்துக்கொண்டு. அவ்வளவுதானா? சில சமயம் அதிருப்தியும் தலைகாட்டுகிறது.

இந்தப் புத்தகத்தில் உள்ள கதைகளில் சில 1942-ம் வருஷம் எழுதப்பட்டவை. 1948ல் சிலவும், 44, 45ல் மற்றவையும் உருவானவை, இன்று பார்க்கும் பொழுது, சில கதைகளை வேறுவிதமாக எழுதியிருக்க வேண்டும் என்ற எண்ணம் எழுகிறது. அதற்காக நான் வருந்தவில்லை. வளர்ச்சியுற்ற எனது திறமையை எண்ணி மகிழவே மனம் முந்துகிறது. தனது சிருஷ்டியில் குறை காண முடியாத கலைஞன் திறமையில் பூரணத்துவம் பெற்றுவிட் டான் என்று திருப்திப்படுவதற்கில்லை. அது அவனது கற்பனைத்

தேக்கத்தையே காட்டும்' என்று கூறிய கலைஞன் கதை உங்களுக்கும் தெரிந்திருக்கும்.

இதில் உள்ள கதைகள் அத்தனையும் பொய் (கற்பனை என்பதன் அர்த்தம் இதுதானே!) என்று நான் சொன்னால் என்னை நானே ஏமாற்ற முயல்வதாகும், இந்த 'உலகம் பொய், வாழ்வு பொய், எல்லாம் மாயை' என்று கூறி எல்லோரையும் ஏமாற்ற நினைக்கும் வேதாந்தி மாதிரி. அதற்காக அத்தனையும் வாழ்வில் அப்படியே கடந்தது என்று சொல்லிவிட முடியாது. கலை என்பது வாழ்க்கையின் போட்டோ அல்ல. வாழ்க்கை ஒருவன் உள்ளத்திலே எழுப்பும் உணர்ச்சிகளின் மொழிபெயர்ப்பு அது. தான் அனுபவித்ததை மற்றவர்களும் உணரும்படி எடுத்துக்காட்டும் வித்தை. கதை சொல்லும் கலைஞன் தான் கூறுகிறவற்றை எல்லாம் தானே அனுபவிக்க வேண்டுமென்பதல்ல. அனுபவ அறிவு பிறரது வாழ்வைக் கவணிப்பதாலும், பிறர் அனுபவத்தைச் சொல்லக் கேட்பதனாலும் விசாலம் அடையலாம் அல்லவா? இவ்விதம் விசாலப் பார்கையால் உலகத்தை விழுங்கிக் கதைகளாய்ச் சித்திரித்துக் கொண்டிருந்தால், சிறுகதை இலக்கியத்திற்கு விஷயப் பஞ்சமே என்றுதான் எனக்குத் தோன்றுகிறது உணர்வுற்ற விழிப்பும், தூங்காத சிந்தனையும் இருந்துவிட்டால், எந்த விஷயத்தையும் அழகாக அளந்துவிடலாம்!

இப்படித்தான் பிறந்தன இதில் உள்ள பல கதைகள். சரிப் பிழைப்புக்கு லாட்டரி அடிக்கும் ஜட்காவாலாவின் குதிரை 'மக்கர் செய்து வண்டியை அந்தாடிக்க வைத்ததை ஸ்வாமி நெல்லையப்பா ஹரோட்டில் கும்பலோடு கும்பலாக நானும் நின்று கவனித்தேன். நடுத்தெருவிலே குழந்தையைத் துணி மூட்டையாக மதித்து வேடிக்கை பயிலும் கழைக்கூத்தாடியின் ஆட்டத்தைப் பார்த்திருக்கிறேன். (ஆனால் இதுவரை அதுபோன்ற கண்கட்டிவித்தையால் உயிர் துறந்தது குழந்தை என்று நான் கேள்விப்பட்டதுகூட இல்லை! அது எனது கற்பனைக் கோளாறு?) ரயிலில் செல்லும் அழகியின் கண்ணோட்டத்தைக் கவனித்திருக்கிறேன், சண்டித்தனம்

செய்து, தந்தையின் கண்டிப்புக்கு உள்ளாகி மீண்டும் வாலாட்டும் பண்பு பெற்ற பையனை எனக்குத் தெரியும் கானும் எனது நண்பர் ஒருவரும் கோவிலுக்குப் போன

போது அலங்கார ஆடம்பரங்கள்தான் என் கண்களை உறுத்தின இவற்றையெல்லாம் கதைகளாக்க வேண்டும் என்ற ஆசையால் சிறு சம்பவங்களுக்கு 'கண் மூக்கு காது எல்லாம் வைத்து உயிர் கொடுத்தேன்.

கதைக்குக் கால் உண்டா என்பார்கள். கால் மட்டுமல்ல. கண் மூக்கு, காது எல்லாமே வேண்டும். ஒன்றிரண்டு குறைந் தாலும், கதை கதையாக இராது. சொல் பிண்டம்தான்!'

'நாட்டியக்காரி' 'மதனி' 'சிருஷ்டிக் கோளாறு' 'வாணியின் புதிர்' 'நூர்ஜஹான்' ஆகியவைகளுக்கு இப்படித் திட்டமான அஸ்திவாரங்கள் உண்டு என்று சொல்வதற்கில்லை. கேட்டது. படித்தது நினைத்தது எல்லாம் கூடி மன அரங்கிலே நடனமிடுவதின் விளைவுகளாகவே அவை.

இவை பத்திரிகைகளில் வந்தவை - நாட்டியக்காரி 'அணிகலம்' ம்லரில், காணிக்கை 'பிரசண்ட விகடன்' மலரில், மதனி 'சக்தி'யில், வாழ்க்கை 'நவசக்தி'யில், பழகிய பால் 'வீரசக்தி'யின், நூர்ஜஹான் 'கிராம ஊழிய'னில், தெருக்கூத்து, தினசரிப் பிழைப்பு, கண்டிப்பு 'இந்திராவில்'எதன் பிசகு, சிருஷ்டிக் கோளாறு, வாணியின் புதிர் 'கலாமோகினி'யில், பத்திரிக்ச்சிரியர்களின் அன்புக்கு எனது நன்றி.

எனது கதைகளை ரசித்து மகிழ்வதுடன் திருப்தியுறாது, அழகான புத்தகமாக்க வேண்டும் என்று ஆர்வமுடன் முன்வந்த திரு எஸ். சிதம்பரம் அவர்களுக்கும், அன்புடன் ஒத்துழைத்த கோட்டாறு, திரு தே. ப. பெருமாள் அவர்களுக்கும் என் வந்தனங்கள் உரியன.

தம் பாராட்டுதல்கள் மூலம் எனக்கு உற்சாகமும், மேலும் உழைக்க ஆர்வமும் அளித்துவரும் ஸ்ரீ ந. பிச்சமூர்த்தி

அவர்களுக்கு எனது இருதயபூர்வமான நன்றியை இங்கு அறிவிப்பது சம்பிரதாயத்தால் அல்ல.

வல்லிக்கண்ணன்

1. நாட்டியக்காரி

அன்றுதான் 'கலா பவன'த்தின் வெள்ளி விழா, அவளுக்கும் அழைப்பு வந்திருந்தது. வெறும் அழைப்பு மட்டும் என்றால் போகாமல் இருந்துவிடலாம். விசேஷம் எல்லாம் முடிந்த பிறகு இவளை வந்து 'ஏன் வரவில்லை?' என்று அக்கறையாக யார் கேட்கப்போகிறார்கள்! அப்படி எவராவது விசாரித்தாலும் ஏதாவது சாக்குப் போக்குச் சொல்லிவிடலாம். ஆனால், பவனத்தின் காரியதரிசி தாமோதரன் நேரில் வந்து பலமுறை வற்புறுத்தி இருக்கும்பொழுது.....

ஹேமலதாவின்-இது இவள் நாட்டியத்தை ஒரு தொழிலாகக் கொண்டதும் வைத்த பெயர். அவளது உண்மைப் பெயர் என்னவாவது துரைக்கண்ணு, சுப்புத்தாயி என்று இருந்திருக்கும். கலைக்கும் அதற்கும் கட்டி வருமா?- உள்ளம் என்னவோ நெகிழ்வற்று வறண்டு கிடந்து 'போனால் போகிறது' என்று முடிவுக்கு வந்த சமயம் வீட்டினுள் யாரோ நுழைவது தெரிந்தது.

அவர்தான் – தாமோதரர்!

ஹேமலதா முகத்தில் புன்சிரிப்பைத் தவழவிட்டு "வாருங்கள்; வீணாக ஏன் அலைகிறீர்கள்... நான் என்ன வராமல் இருந்துவிடுவேனா?" என்று வினவினாள்.

"இல்லை. போகிறபோக்கில் நினைவு மூட்டிச் செல்லலாம் என்றுதான் வந்தேன், அவசியம் வர வேணும்" என அழுத்தினார் அவர்.

ஒரு சங்கத்தின் காரியதரிசிக்கு இருக்கவேண்டிய சிறந்த குணங்கள் எல்லாம் அவரிடம் இருந்தன. அதனால்தான் கலாபவனம், வெள்ளி விழாவை எட்டிப்பார்க்க முடிந்தது. இல்லாவிடில் முக்கால்வாசி சங்கங்கள், கழகங்கள், மன்றங்களைப்போலவே இந்தப் பவனமும் போன இடம் தெரியாமல் புல் முளைத்துப்போய் இருக்கும்.

அவன் போனதும் ஹேமலதா "இவருக்காகத்தான் போகவேண்டியிருக்கிறது. நல்ல மனிதர். இல்லையென்றால், நான் ஆரம்பித்த கலாபவனம் எப்படிப் போயிருக்குமோ?" என முணுமுணுத்தாள்.

ஆதியில் கலாபவனத்தை ஆரம்பித்த பெருமை ஹேமலதாவைத்தான் சாரும். வரவர அவளுக்கு அலுப்புத்தட்ட ஆரம்பித்தது. அவள் ஓர் அலாதிப் பிறவி. திடீரென்று தன் பொறுப்புகள் அனைத்தையும் தாமோதரரிடம் ஒப்புவித்துவிட்டு எங்கோ போய்விட்டாள். அவள் தன் கலைத்திறனை வெளி உலகம் அறிவதற்காகச் சுற்றுப்பிரயாணம் செய்கிறாள் என்று சொல்லிக்கொண்டார்கள்.

அது நடந்து இருபது வருஷங்கள் பறந்துவிட்டன. இருபது வருஷங்கள்......... அம்மா! அவள் வாழ்வில் எவ்வளவோ மாறுதல்! முதலில் அவளது உருவம்....

அவள் கண்கள், எதிரே இருந்த கண்ணாடியில் பாய்ந்தன. அங்கு தெரிந்த பிம்பம் அவளை இன்புறுத்துவதாயில்லை. காலதேவன் வெகுவாகத்தான் தன் திறமையை அவளிடம் காட்டிவிட்டான். அவள் முகத்தில் பதிந்து கிடந்த...... அனுபவம் தன் கோர நகங்களால் கீறிவிட்ட ரேகைகளும் தலையில் தோன்றிய ஒன்றிரண்டு வெள்ளிய ரோமங்களும் அவளுக்கு கிழடு தட்டிவிட்டது என்று ரகசியம் பேசின.

ஒரு பெருமூச்சு எறிந்தாள். அவள் இருபது வருஷங்களுக்கு முன்பு....

அவள் அந்தக் காலத்தில் ஒரு கட்டழகி. அவளது நடனம் என்றால் கூட்டம் அதிகம். அதனால் அவளுக்கும் அவள் நாட்டியத்திற்கும் நல்ல மதிப்பு. ஆனால் இப்பொழுதோ?

ஹேமலதா எங்கெல்லாமோ சுற்றிவிட்டு, வாழ்வின் மேடு பள்ளங்களில் வீழ்ந்து எழுந்து, சென்ற வருஷந்தான் இந்த ஊருக்கு வந்து சேர்ந்தாள். அவள் வாழ்வே மாறிவிட்டது என்று ஊரார் பேசினர். அவளை வெளியே காண்பதே ‘கார்த்திகைப் பிறை’ கண்டால் போலத்தான் இருந்தது.

கலாபவனத்தில் அவள் எவ்வளவோ முறைகள் தன் கலாநயத்தை ரசிகர்கள் முன் கொட்டியிருக்கிறாள். அதை இன்று நினைத்துதான் என்ன செய்ய? சென்ற இருபது வருடங்களில் இங்கு கலை எவ்வளவு தூரம் அபிவிருத்தி அடைந்துள்ளதோ! இன்று எப்படியும் ஒரு நாட்டிய விருந்து இருக்குமல்லவா?

ஹேமலதா ‘கலாபவன’த்தை அடையவும் நிகழ்ச்சிகள் ஆரம்பிக்கவும் சரியாக இருந்தது. வாசலையே ஆவலுடன் கவனித்து நின்ற தாமோதரரின் முகத்தில் அவள் வரவு மகிழ்வு வெடிக்கச் செய்தது. அவர் அவசரம் அவசரமாக வந்து “வாருங்கள்; வாருங்கள்” என வரவேற்றதுமன்றி அவளுக்கு ஒரு பிரதான இடமும் அளித்தார்.

ஹேமலதாவிற்கு சம்பிரதாய நிகழ்ச்சிகள் ஒன்றும் மகிழ்வு தரவில்லை. நடுவில் ஒரு சிறுமியின் நாட்டியம் நடந்தது. “பரவாயில்லை, மலரும் அரும்புதானே! இன்னும் கொஞ்சநாளில் – சிரத்தையும் எடுத்தால் – மின்னும் நக்ஷத்திரமாகலாம்” என்று முனங்கிக்கொண்டாள். அடுத்தாற்போல் சபையோர் ஆவலுடன் எதிர்பார்த்தது நாட்டியக் கலா பிம்பம் காஞ்சனையின் நடனந்தான்.

தாமோதரர் ஹேமலதாவிடம் வந்து நின்றார். “நீங்கள்....” என்று தயங்கினார்.

அவள் ஆச்சரியமாக “என்ன?” என்று வினவினாள்.

“நீங்கள் வெள்ளி விழாவின் அழியா ஞாபகார்த்தமாக ஒரு ‘நடனம்...’ ” என இழுத்தார் காரியதரிசி.

காஞ்சனையின் நாட்டியம் ஆரம்பமாகிவிட்டது. ஹேமாவின் கவனம் அரங்கில் ஓடியது. காரியதரிசி அப்பொழுதுதான் வந்த வேறு யாரையோ வரவேற்கச் சென்றுவிட்டார்.

காஞ்சனை சொக்கழகாக இருந்தாள்; எழில் பொங்கி வழியும் மங்கைப் பருவம். அவள் அபிநயம் பிடித்து அப்படியும் இப்படியும் அசைந்தாடும் பொழுது 'மின்போலும் இடை ஓடியும் ஒடியும் என மொழிதல்போல், மென் சிலம்பொலிகள்' ஆர்த்து ரசிகர்கள் மனதைக் கலகலக்கச் செய்தன. எலக்ட்ரிக் வெளிச்சம் பகட்டு உடைகளில் வெள்ளிய ரேகைகளை விட்டெறிய அவை பட்டுத் தெறிக்கும்படி அவளது அங்கங்கள் அசையும் வேளையில், அவளே பளிச்... பளிச் என ஒளி ஜாலம் காட்டும் மின்னல்போல் திகழ்ந்தாள்.

சபை முழுவதுமே அந்நடன சிங்காரியின் காந்தியில் மயங்கிக் கிடந்தது. பின்னால் உள்ளவர்கள் அவள் எழிலை முழுவதும் பருக, கழுத்தை நீட்டி நீட்டி பார்த்தனர். முன்னால் உள்ளவர்களின் விழிவண்டுகள் அரங்கத்தில் நின்றாடிய மலர் மீதே சாடின. அவளோ அற்புதமாக ஆடிக்கொண்டிருந்தாள்.

ஹேமலதாவின் உள்ளத் திருப்தியை முகமலர்ச்சி காட்டியது. "இவளது மேதையை ஒப்புக்கொள்ளவேண்டியதுதான். 'நடனக் கலைவாணி இவள்' " என முனங்கினாள். நாட்டியத்தை அள்ளிப் பருகிய அவள், அருகில் தாமோதரர் வந்து நின்றதை உணரவேயில்லை. "அற்புத நடனம்! இல்லையா?" என்று அவர் கேட்டதும் திடுக்கிட்டுத் திரும்பினாள். பிறகு இளமுறுவலுடன் "ஆமாம். நல்ல பயிற்சி, திறமையும் இருக்கிறது" என்றாள்.

காரியதரிசி இதற்காகவா இங்கு வந்தார்? தன் காரியத்தில் சிரத்தையாக "என்ன, இவற்றிற்கெல்லாம் மணிமுடி வைத்தது என நீங்கள் ஒரு நடனம்...." என்று வார்த்தைகளை மென்று விழுங்கினார்.

ஹேமாவின் மனம் வேகமாகச் சுழன்றது. தானாவது இந்த வயதில் நாட்டியம் ஆடவாவது! அதிலும் இந்த ஒய்யாரிக்குப் பிறகு தான் அரங்கில் ஏறினால் அது வெறும் கேலிக்கூத்தாகத்தான் இருக்கும். எடுக்காது!

இதை அவரிடம் சொன்னாள். தாமோதரர் "நன்றாகச் சொன்னீர்கள்! தங்களைப்போல் இந்தப் பிராந்தியத்தில் யார் நடனம் ஆட முடியும்? நீங்கள்தானே நடன சரஸ்வதி!" என்று புகழ்ச்சியில் இறங்கினார்.

"என்ன இருந்தாலும் ரசிகர்களின் மனோபாவத்தையும் ஆராய வேணுமல்லவா?"

"கலா நயம் மிக்க நாட்டியத்தை ரசிக்கக்கூடவா ஆளில்லை? அப்படி ரசிகர்களுக்கு காமாலை வந்துவிட்டது என்று நான் நினைக்கவில்லை."

"சரி. நீங்கள் சொல்லும்பொழுது...." என்று தயக்கமாக மொழிந்தாள் அவள். தமது வெற்றியை எண்ணி உவகையுடன் நடந்தார் தாமோதரர்.

அரங்கில் காஞ்சனை அற்புதமாக நாட்டியமாடினாள். 'உனைக் கண்டு மயங்காத பேர்கள் உண்டோ..!' என்ற பதத்திற்கு பாவம் பிடிக்கத் தொடங்கியதும் சபை முழுவதும் அவளைக் கண்டே மயங்கிவிட்டது. எவ்வளவு அபாரம்!

"சார், நாட்டியம்னா வெறும் கலைத்திறன் இருந்தால் மட்டும் போதுமா? ஆடுகிறவர்களுக்கு அழகும் இருக்கணுமில்லே!" என்றார் ஒரு ரசிகர்.

அவர் அருகில் இருந்த பரம ரசிகர் "குட்டி ஜோரா இருந்தால்தானே கூத்தும் குஷியா இருக்கும்!" என ஆமோதித்தார்.

நாட்டியம் முடிந்தது.

“இந்தக் கும்பலில் நான் ஆடினால் நன்றாக இராதே!” எனப் புழுங்கினாள் ஹேமா. ரசிகர் பரம ரசிகர் பேச்சு அவள் காதில் பாய்ந்து மனதிலே வேலை செய்தது. “சே! இங்கே ஏண்டா வந்தோம். இப்படி இவர் முரண்டுபிடிப்பார் என்று தெரிந்தால், வீட்டைவிட்டுக் கிளம்பி இருக்கவே மாட்டேன்” என்று குமுறினாள். இப்பொழுதும் நடன உடை சரியாக இல்லை என்று தட்டிக் கழித்துவிடலாம் என்று எண்ணும்பொழுதே வந்தார் தாமோதரர் “என்ன, அரங்கத்திற்கு வரலாமே!” என்று உபசரித்துக்கொண்டே.

“இன்று வேண்டாம். நாட்டிய உடை இல்லை சோபிக்காது” என முனங்கினாள் அவள்.

ஆனால் காரியதரிசி முதலிலேயே ஏற்பாடு செய்தபடி தலைவர் எழுந்து “இப்பொழுது ஒரு கட்டழகியின் நடனத்தைக் கண்டுகளித்தீர்கள். இதோ நமக்கு ஒரு நாட்டியக் கலாநிதி, நடன சரஸ்வதி கலாபூர்வமான விருந்தொன்று அளிக்கப்போகிறாள். முன்பு நமக்கெல்லாம் அற்புதக் கலை அழகு காட்டிய ஹேமலதா தேவியை, நான் உங்களுக்கு அறிமுகம் செய்யவேண்டியதில்லை” என அளந்துகொண்டிருந்தார்.

இது ஹேமாவின் தீர்மானத்தைச் சிதறடித்தது. இனி என்ன செய்ய முடியும்? அரங்கம் ஏறினாள் அவள்.

சபையில் முணுமுணுப்பு எழுந்தது. “இது யாரடா இந்தப் பாட்டி? இவளுக்கா அவ்வளவு பூர்வ பீடிகை!” என்றார் ஒரு ரசிகசிகாமணி.

“இவளை ஆடச் சொல்வதைவிட அப்பொழுது நடனமாடிய குட்டியை வந்து சும்மா நிற்கச்சொல்லி இருந்தாலும் போதுமே!” என்பது ஒருவர் அபிப்பிராயம்.

“ஏலே! `உள்ளே போ’ன்னு கத்தட்டுமா? நீ சீட்டியடிக்கிறாயா?” என்றான் ஒரு ‘சல்லி’.

“ஏய்! இதென்ன நாடகக் கொட்டகையா? நீ என்ன துட்டுக் கொடுத்தியா? ஓசிக்கு என்னவோ ரெண்டு ஆட்டம். பார்த்துவாயேன்!” - இது அவருடைய நண்பரின் புத்திமதி.

“இருந்தாலும் ஒரு சிங்காரி வந்து குலுக்கி மினுக்குகிறதைப்போலவா இருக்கும் இந்தக் கிழவி ஆடுவது?”

அங்கும் இங்கும் அலைந்த காரியதரிசியின் காதுகளில் இந்த விமர்சனங்கள் பட்டன. அவருக்குச் சுரீர் என்றது `ஹேமா நினைத்தது சரிதான்’ என அவர் உள்ளம் பேசியது. இனி என்ன செய்ய முடியும்?

ஹேமலதா தன் முன்னால் பரந்துகிடந்த முகக் காட்டை நோக்கினாள். அங்கு மலர்ச்சி இல்லை. வெறுப்புதான் அரும்பிக் கிடந்தது. அவளிருந்த நிலையிலே குஷிமிக்க நாட்டியம் ஆடவாவது! சோக பாவம் ரொம்ப அருமையாகப் பிடிபடும் என்றெண்ணி அபிநயிக்க ஆரம்பித்தாள்.

அவள் நடனம் கலைச்சொட்டி மிளிர்ந்தது. ஆத்மாவின் அடித்தலத்தில் இருந்துவந்த உணர்ச்சியை பாவ சுத்தமாகச் சித்தரித்தாள் அவள். கலாரசிகர்கள் வியப்புற்றனர்.

என்றாலும் சபையில் பெரும் பகுதியில் முனகல்தான் எழுந்தது. அவள் நடனத்தில் கலாநயம் செழித்து ஓடலாம். ஆனால், அவள் கண்களை இன்புறுத்தும் காரிகையல்ல. காலப்புயலில் சிக்கி வதங்கிய மலர். அதன் இளமையும், எழிலும் அனுபவ வெயிலில் வாடி வதங்கிவிட்டது. அவளது அழகை-மயக்கடிக்கும் வனப்பை-நாடும் வண்டுகளைத் திருப்திப்படுத்த முடியுமா? வாடும் மலரிலும் ஒரு சோபை இருக்கத்தான் செய்கிறது. என்றாலும் மோகலாகிரியில் ஓடும் வண்டின் வைடூர்யக்கண்களைக் கவரும் காந்தம் அதற்குக் கிடையாது.

அவள் ஆடினாள் - ஆடி முடித்தாள். "அடே அப்பா! பாட்டியின் கூத்து முடிந்தது" என்று யாரோ முனங்கியது அவள் காதில் விழுந்தது. அவள் இதை எதிர்பார்த்ததுதான், எனினும் இந்த `மதிப்புரை' அவளது இதயத்தில் சவுக்கடி என விழுந்தது.

"ஆமாம், நான் ஆடி இருக்கக் கூடாது" என்றாள். அவள் மனம் சாம்பிக் குவிந்தது. தலைவர் முடிவுரையில் ஹேமாவின் நடனத் திறமையைப் பற்றி வர்ணித்துக்கொண்டிருந்தார். அதுகூட அவளுக்குக் கேலியாகப்பட்டது. அவள் ஒன்றிலும் பற்றில்லாமல் சுற்றிலும் வெறித்து நோக்கியபடி நின்றாள்.

சபையோரின் விமர்சனத்தால் உளம் நைந்த தாமோதரர் வருத்தமாக அவள் அருகில் வந்து முணுமுணுத்தார் "தேவி, தங்கள் நாட்டியம் அற்புதமாக இருந்தது. இருபது வருஷங்களுக்குப் பிறகு இன்றுதான் இத்தகைய நடனம்..."

ஓர் உண்மை ரசிகனின் இதயத்தில் ஊறிப் பொங்கிய நேரடியான புகழ்ச்சி அவளுக்கு சிறிது மகிழ்வு தந்தது. என்றாலும் பொதுவான அபிப்பிராயம் அவள் மனதை உறுத்திக்கொண்டிருந்தது. அதை அவள் முகத்தில் கண்டறிந்த காரியதரிசி "இன்று என்னால் உங்களுக்கு வீண் மனக்கஷ்டம். என்னை மன்னிக்கவேண்டும்" என்று வேண்டினார், குழையும் குரலிலே.

ஹேமா "உங்கள்மேல் வருத்தமில்லை. இதனால் எனது சிந்தனை உலையில் மற்றுமோர் அனுபவப் பொறி உருவாகச் சந்தர்ப்பம் கிட்டியது" என்றாள். அவளது இதயப் புத்தகத்திலே கத்தியால் கீறியதுபோல சில வார்த்தைகள் ஆழமாகப் பதிந்தன. மக்களை திருப்திப்படுத்த நாட்டியக்காரிக்கு கலை அறிவு மட்டும் இருந்தால் போதாது. அழகு-காண்போரைக் கலங்க அடிக்கும் காந்தசக்தி-தான் பிரதானம், மனிதமனம் சொக்கழகையே நாடுகிறது.

சிந்தனையில் லயித்துவிட்ட ஹேமாவின் மார்பு விம்மி வீழ்ந்தது, ஆழ்ந்த நெடுமூச்சு ஒன்றைக் கக்கியவண்ணம்.

2. சிருஷ்டிக் கோளாறு

வெண்ணிலவு பூச்சொரிந்துகொண்டிருந்தது. பசும் மரங்களையும், பாழ் வெளிகளையும் பால் வண்ணத்தால் நனைத்து, மாடி வீடுகளையும், குச்சுகளையும் பளிங்குக் கட்டிடங்களாகத் தோன்றச் செய்யும் சந்திரிகை. சாந்தி, இன்பம், ஏக்கம் எல்லாம் குழம்பிய தன்மையை சிருஷ்டிக்கும் இரவு.

பிரம்ம லோகத்திலும் அப்படித்தான். பார்வையிடும் பரப்பெல்லாம் பனி பூசியதுபோல பால் ஒளி நிலவு படர்ந்து கிடந்தது மனதிற்கு இன்பம் அளித்ததுபோலும். தனக்குப் பிரியமான வெண்தாமரை ஆசனத்தைப் பிரிந்து வெளியே வந்தாள் கலைவாணி. சிப்பத்தில் இருந்து நகர்ந்து வரும் பளிங்கு பிம்பம்போல. அவளுக்கு உகந்த வெண்மை எங்கும் கொட்டிக் கிடந்ததால் மனோ சாந்தியும், மட்டற்ற மகிழ்வும்கொண்ட அவள் வீணையையும், ஏட்டையும் தாமரை பீடத்திலே போட்டுவிட்டு ஆடி அசைந்தாள். நிலவைக் கூட்டி வார்த்த வண்ணம் பெற்ற சரஸ்வதி முல்லை நிற ஆடையும், மல்லிகை மாலையும் சலசலக்க, கண்கள் கயலெனப் புரள, மின்னென முறுவல் மிளிர ஒயிலாக நடந்தாள், தனி தடம் பயிலும் ஒரு ராஜ அன்னம்போல. தன்னை மறந்த இன்ப லாகிரியில் மூழ்கிய அவள் யார் வருகையாவது எதிர்நோக்குகிறாளா?

அன்றைய வேலைகளை முடித்துக்கொண்டு, சோம்பல் முறித்தவண்ணம் எழுந்த சிருஷ்டி தேவனின் பார்வை சூன்யமாகக் காட்சியளித்த பதுமப் பீடத்தில் பாய்ந்து தாவியது. நிலவுக்கு ஒரு வனப்பு தரும் சந்திரிகை ராணியென நின்ற சரஸ்வதியைக் கண்டதும் பிரமன் கண்களில் மின் ஒளியும், உதட்டில் குறுநகையும் நெளிந்தன.

தன்னை நோக்கி நடந்து வந்த தேவன் மீது கண்களை ஏவி, "ஸ்வாமி, இன்று நிலவு ரொம்ப அற்புதமாக இருக்கிறது, இல்லையா?" என்ற சொற்களால் வரவேற்றாள்.

"வழக்கமான நிலவுதான் ப்ரியே. உன் உள்ளத்திலேதான்..." சிருஷ்டி தேவன் முடிக்கவில்லை. வாணி குறுக்கிட்டாள்; "இருக்கட்டுமே! இதே வேளையில் இந்நிலவின் ஸ்பரிசத்தால் கொந்தளித்து எத்தனை இதய சாகரங்கள் கவிதை அலை வீசுகின்றனவோ. உணர்ச்சி கிளுகிளுக்கும் உருவங்களான கவிகளும் கலைஞர்களும்...." கேலியாகச் சிரித்தார் பிரம்மா.

கனன்று நோக்கின வாணியின் விழிகள் `ஏனாம்?' என்று கேள்விக்குறி வரைந்தது. மனித மனங்களை அலைக்கழிக்கும் காதல் உணர்ச்சிகளை மோதவிட்டு, அமரகாவியம் பின்ன கவி கனவு காண்பதற்கு எழுச்சி தரும் நேரம். சந்திரனின் அமுத ஒளி....

"ப்ரியே, இதே அம்புலி சோகத்தையும், வேதனையையும் எழுப்பும் என்பதை ஏன் மறந்துவிட்டாய்?" என்று கேட்டார் சிருஷ்டிதேவன்.

கலாவல்லி அலுத்துக்கொண்டாள். "நல்ல மனோபாவம்! இன்பத்துடன் துன்பத்தையும் சேர்த்தேதான் எண்ணவேண்டுமாக்கும்! அதிலும் இத்தகைய இன்ப இரவில்..."

"பூலோகப் பிறவிகள் அப்படிப்பட்டவர்கள்தான் வாணி" என்றார் தேவன்.

"எல்லாம் உங்கள் தவறுதான். சிருஷ்டித்த பின் விளைவுகள் மீது குற்றம் சாட்டுவானேன்?" என்று கேட்டாள் சரஸ்வதி.

"உனது குணம்தான் அந்நிலையை உண்டாக்குகிறது." சீறினாள் கலைவல்லி. "எனது ஸ்பர்சம் பூலோகவாசிகளிடையே சொர்க்கத்து இன் கனவை மலரச் செய்கிறது. நான் வீணையை இசைக்காவிட்டால் உலகம் ஞான சூன்யமாக அறிவின்

ஒளியற்று...." அன்று இருந்த உற்சாக மனோநிலையில் தனது பெருமையை எண்ணி எண்ணி வியந்தாள்.

"தேவி, உன் சாந்நித்யம் துன்பமும் விளைவிக்கிறதே" என்று குறும்பாக மொழிந்தார் தேவன், வாணிக்கு ஆத்திரம் பற்றிக்கொண்டு வந்தது. "பதறாதே தேவி, அதோ பார்" என்றார் பிதா. அவரது விரல் வழியே பாய்ந்தன அவள் விழிகள்.

பூலோகம் நிலவுப் புனலில் திளைத்து சொக்கிக் கிடந்தது. ஒரு வீடு. சாதாரணமான வீடுதான் அது. அதன் அறை ஒன்றிலே....

கரண்டு கரண்டு போகும் திரியைத் தூண்டிவிட்டவண்ணம் தன்னை மறக்க முயன்றுகொண்டிருந்தான் வாணிதாசன். உள்ளத்தின் மூலையோடு மூலையாக ஒண்டிக்கிடக்கும் எண்ணங்களை வெளியே இழுக்கப் போராடினான் அவன். பேனாவும் கையுமாக சுடரில் பார்வையும் வெறுமையில் சித்தமுமாக அமர்ந்திருந்த அவனுக்கு முன்னால் உள்ள சாளரம் வழியாக சந்திரிகை படையெடுத்து வந்தது இயற்கை சிதறும் புஷ்பபாணம்போல.

விளக்கொளி அதற்குத் திரையிடத் துடித்தது. அதைக் கவனியாமல் சிந்தனைப் படுதாவில் கோலம் இட்டு இட்டு அழித்துக்கொண்டிருந்தான் அவன்.

அப்பொழுதுதான் சிரித்த முகமும், சிங்கார நடையுமாக நுழையும் கமலியின் வருகையை, மெல்லுடையின் மோன மூச்சும், அலங்காரப் பொருள்களின் வாசனையும், எல்லாவற்றுக்கும் மேலாக தலையில் சூடிய மல்லிகையின் வெறி தரும் மணமும் விளம்பரப்படுத்தின. ஆயினும் வாணிதாசன் கவனத்தைக் கவரவில்லையே!

கமலி ஜன்னல் வழியாக, வெளியே மலர்ந்து கிடந்த எழிலை விழுங்கினாள். பெருமூச்செறிந்துவிட்டு, இருளில் குமைந்த கவியையும் பார்த்தாள். "இன்று நிலவு அற்புதமாக

இருக்கிறதே!" என அவள் வாய் முனங்கியது. அவன் கல்லாகத்தான் இருந்தான் அப்பொழுதும்.

"என்ன, ரொம்ப யோசனைபோலிருக்கு. எழுதியாச்சா இல்லையா?" என்று கேட்டாள்.

அவன் லேசாத் திரும்பிப் பார்த்து "ஏனாம்?" என்றான்.

"இல்லை... நிலா நன்றாயிருக்கிறதே வெளியே நின்று பார்க்கலாமே என்று..."

"அதற்கு என்ன இப்போ?"

இந்தப் பதிலுக்குப் பதிலாக ஒரு நெடுமூச்சு எழுந்து மறைந்தது. மீண்டும் சிந்தனை. கமலி மெதுவாக எழுந்து அவனுக்குப் பின்புறம், நாற்காலியோடு சாய்ந்து, அவன் தோளுக்கு மேலாக பார்வையை விட்டெறிந்தாள். மேஜைமீது பரப்பிக் கிடந்த காகிதங்கள், அடித்து அடித்து ஆக்கப்பட்ட சில வரிகளால் வானத்து நிலவையும் காதலையும், மனித உள்ளத்தையும் அளக்க முயன்று முடியாமல் திணறிக் கிடந்தன. அவற்றைப் படிப்பதற்குக் குனிபவள்போல தலையைத் தாழ்த்தினாள் தணிவாக.

அவன் முகத்திலே கூந்தல் வருட, மல்லிகை மணம் கம்மென்று நாசியில் தாக்கவே அவனுக்கு எரிச்சல் ஏற்பட்டது. "சட், இதென்ன எழவு! எழுதும் பொழுது சனியன் மாதிரி" என்று எரிந்து விழுந்தான் வாணிதாசன். அவள் குழைவாக "அம்மாடி!" எனக் குறும்பு மொழியைக் காதருகில் ஒலிபரப்பினாள். "இந்தா, சும்மா போக மாட்டே?

பின்னாலே நிற்காதே. இப்படி முன்னால் வந்து தொலை" என்று கத்தினான், இல்லாத உருவங்களின் உணர்ச்சிகளை அளவிட முரண்டிய எழுத்தாளன்.

முன் வந்தாள் கமலி. தூண்டில் நோக்கை விழிக்கோணத்தில் நிறுத்தி, புன்னகை சிதறினாள். “எழுத்து, எழுத்து, எழுத்து! ஓயாமல் இதே வேலைதானா!" என்று முணுமுணுத்தாள்.

"உனக்கென்ன தெரியும் அதைப் பற்றி?”- அவன் பேச்சில் கர்வம் தொனித்தது.

“இல்லை. உங்களுக்குத்தான் தெரியும்!"

"சரிதான், இன்று எழுதிய மாதிரிதான்!" "இன்று ஒரு நாள் எழுதாவிட்டால்தான் என்ன? தரித்திரம் பிடித்த விளக்கு,

பேனா, குப்பைக் காகிதம் இவற்றை ஒதுக்கிவிட்டு, இயற்கை வனப்பை ரசித்தால் என்ன? தினம் எழுத்துதான். என்கூட என்றாவது சந்தோஷமாகப் பேசியதுண்டா?" "சரி சரி, நீ போய் உன் வேலையைப் பாரு. நான் இதை முடித்தாக வேண்டும்.”

அவள் ஆத்திரமாக “முடிக்காவிட்டால்?" என்று தன் உள்ளத்துடிப்பை வார்த்தைகளாக்கினாள்.

பேனா நுனியைக் கடித்துக்கொண்டிருந்த தாசன், தலை நிமிர்ந்தான். ஜன்னல் வழியாக வந்து அணி செய்த நிலவொளியில் வனப்பின் உருவாக நின்றாள் அவள். அவன் பார்வையைத் தழுவ ஏங்கி நின்றன அவளது விழிகள். அவனோ "இங்கே நின்று ஏன் தொல்லை கொடுக்கிறாய்? உனக்கு தூக்கம் வரவில்லையா?" என்றான். “ஹூங், உங்களுடன் வாழ்வதைவிட ஒரே தூக்கமாகத்தான் தூங்கவேண்டும்" என்று அவள் உள்ளம் எதிரொலித்தது. அந்த அறையிலிருந்து வெளியேறினாள்

கமலி. போகும்பொழுதே "எழுத்து எழுத்து என்று பேனாவையும் காகிதத்தையும் கட்டி அழும் ஜன்மங்கள் எதற்காகக் கல்யாணம் செய்துகொள்ள வேண்டுமோ தெரியவில்லை” என முணமுணத்துச் சென்றாள்.

அது அவன் காதில் படாமலில்லை. "ஜடம்! இதுக்கு என்ன தெரியும் உணர்ச்சியின் மொழிபெயர்ப்பான கலையும் கவிதையும்" என்று மனதிற்குச் சமாதானம் கூறிவிட்டு பேனாவைப் பிடித்தான் வாணிதாசன். கமலி சுமையுற்ற மனத்துடன் வந்து படுக்கையில் விழுந்தாள். அவள் மன பாரத்தைக் கரைக்கப் பெருகுவதுபோல் கண்ணீர் சூடாக ஓடியது. அவள் பார்வை, எங்கும் சிதறி மிளிர்ந்த அற்புத நிலவொளியிலே கலந்தது, அவள் உள்ளம் துயர மூச்சை வெளியே கக்கியது. அதே வேளையில், வான வீதியில் ஊரும் தனி மேகம்போல, வழி தவறிய கொக்கு ஒன்று ஏக்கக் குரல் கொடுத்துத் திரிந்தது. அது ஒரு துணையைத் தேடியதா அல்லது தன் தனிமையை நொந்து கதறியதா?

"பார்த்தாயா வாணி! உனது அருள் செய்த வேலையை" என்று சொல்வதுபோல நோக்கினார் பிரம்மா. கலாவல்லியோ தன் தலையைத் திருப்பினாள் ஆத்திரமாக. "தெரியுதே உங்கள் சிருஷ்டியின் லட்சணம்! இத்தகைய ஜன்மத்தைப் படைத்த உங்களுக்கு ஒரு பெருமையா?" என்றாள். "இல்லை தேவி! நீ ஏற்றுமதி செய்த கருணா கடாட்சத்தின் போதைதான் காரணம். உனது ஸ்பர்சவேகம்..." "போதுமே!" என்று சீறினாள்

கலைவாணி. பிரம்மா என்னவோ சொல்ல வாயெடுத்தார். ஆனால் சரஸ்வதி அங்கு நின்றால்தானே! அவளைத் தேடி விரைந்தர் சிருஷ்டிதேவன், ஒளித்தகடென மிதந்த சந்திரனை எட்டிப் பிடிக்க வந்த கார்முகில் போல.

3. வாழ்க்கை

மணி பன்னிரெண்டு.

அப்பொழுதுதான் வந்து நின்றது ரயில் வண்டி பெருமூச்சுவிட்டுக்கொண்டே, ஏதோ ஒரு பூதகரமான விலங்குபோலே!

அதன் உடலைக் கிழித்துக்கொண்டு எவ்வளவோ பேர் இறங்கினர்; அவர்களை நெருக்கியவண்ணம் அநேகர் உள்ளே ஏறினர்; சிலர் ஏற முண்டினர்.

வாழ்க்கையே போராட்டத்தின் சின்னம்தான் என்பதைப் பிரதிபலிப்பது போலிருந்தது ரயில்வே ஸ்டேஷன்.

எவ்வளவு புதிய முகங்கள்! எத்தனை எத்தனை ரகம்! பிரயாணக் களைப்பு படர்ந்த முகங்கள்... சோகங் கலந்த உருவங்கள்... வாழ்வின் மேடு பள்ளங்களைக் காட்டும் 'கிராப்' (graph) போல, தாறுமாறாகக் கோடுகள் ஓடிய முகங்கள்.... இளமையும் இன்பமும் குலவும் அழகு வதனங்கள்... காதல் கொந்தளிக்கும், பிரேமை ஜ்வாலை தகிக்கும். அன்பு அனல் வீசும், இன்னும் இவ்வளவோ உணர்ச்சிகளைப் பிரகடனப்படுத்தும் விதவிதமான முகங்கள்.... எல்லாம் கதறிக்கொண்டு வந்த இரும்பு நாகரிகத்தின்' உயிர்ச் சின்னமான ரயிலில் இருந்து இறங்கின.

அவர்களது கருணையைப் பெறக் கூச்சலிடும் போர்ட்டர்களும், பையிலுள்ள பணத்தைப் பங்கு போடக் கதறி அங்குமிங்கும் அலையும் "உப்புமா... வடை, போளி... காபி"க்காரர்களும் ரயில்வே ஸ்டேஷனை ஒரு தனி உலகம் என விளம்பரப்படுத்தினர்.

ஆனால் அதையெல்லாம் கவனிக்க ஆத்திரமோ, ஆவலோ இன்றி நின்றது ஓர் உருவம், புது உலக ஒளிபட்டுப் பிரமையடைந்ததுபோல்.

அவனுக்கு அதிலே ஒரு புதுமையும் தோன்றவில்லை. மனித வர்க்கத்திலும் அவன் எத்தகைய அழகையும் கண்டதில்லை.

அவன் தினம் அங்கு வருகிறான்.ஒவ்வொரு ரயிலையும் எதிர்பார்க்கிறான். மெஷின் யுகத்தை அலறிக்கொண்டே பறையடித்துக் காட்டும் அந்த ரயில் தவறினும் தவறலாம்; இயந்திரம்போல் திரிந்த அவன் தவறுவது கிடையாது.

அவனது வாழ்க்கை இயந்திரமே அந்த ராக்ஷஸ இயந்திரத்தின் வருகையையே பொறுத்துள்ளது. ஓடி வரும் நாகரிகச் சின்னத்தைக் கிழித்துக்கொண்டு கிளம்பி, ஒரு க்ஷண நேரத்தில் நெல்லிக்காய் மூட்டைபோல் சிதறும் நாகரிக மக்கள் அவன் மனதிலே எவ்வித அபிப்பிராயத்தையும் கொட்டவில்லையா? அவர்களது முகம் அவன் இதயத்திலே எத்தகைய உணர்ச்சியையும் தூண்டவில்லையா? இல்லை, இல்லை என்றுதான் சொல்லவேண்டும்.

அவர்கள், ஏறி வந்த ரயிலைக் கொஞ்ச நேரத்திலேயே மறந்துவிடுவதுபோல, தங்கள் காரியத்திலேயே மூழ்கிவிடுவதுபோல, அவனும் தன் காரியத்தில்-அதிலே அவனைப் புகுத்தும் ராக்ஷஸ இயந்திரத்தின் தூண்டுதலால்-தன்னையே மறந்துவிடுவான். பிறரை எப்படிக் கண்டு மகிழ முடியும்?

அவன் சமூகத்தால் வெறுக்கப்பட்ட குழந்தை; பாதி உலகம் அடியோடு மறந்துவிட முயலும் அபலை;

இன்றைய நாகரிக சமூகத்தின் ஒரு பெரும் குறையை, ஊழலை, சதா விளம்பரப்படுத்தும் எடுத்துக்காட்டு. அவன் ஒரு பிச்சைக்காரன்.

ரயில்வே ஸ்டேஷனும், ஜங்ஷன் `லெவல்கிராஸும் அவன் குடியிருந்த பாழடைந்த மடமுமே அவனது தனி உலகம். இவ்வுலப்போக்கு ரயில் நாகரிகம், மனிதக் குழாம்... எல்லாம் அவன் மனத்திலே என்னென்ன குமுறல்களைக் கொந்தளிக்கச் செய்கின்றனவோ யார் கண்டது!

மணி பன்னிரெண்டு. ஏக்கத்தால், வாழ்வின் சோக அனுபவத்தால், பசித் துடிப்பால், குழி விழுந்த கண்கள், அவன் முன் சென்ற ஒவ்வொரு பிரயாணியின் முகத்தையும் பார்த்தன.

அவை அவனுக்கு வெறும் முகங்கள்தான். வாழ்க்கையிலே பண்பட்ட அவன் உள்ளம், முகங்களை மட்டும் கொண்டு யாரையும் தீர்மானிக்கத் துடிப்பதில்லை. முகத்திரையின் பின் ஊசலாடும் கருத்துக்களையே துருவி ஆராய்வதுபோல் அவன் பார்ப்பான்.

அதுகூட க்ஷண நேரந்தான்.

அவன் அனுபவ ஞானி. அவனுக்குத் தெரிந்தவரையில் மனிதர்கள் இரு வகைதான் - தருமம் கொடுப்பவர்கள்; `பிச்சை இல்லை, போ' எனத் துரத்துகிறவர்கள். இவர்களைத்தான் அவன் தினமும் சந்திப்பது. அனுபவத்தின்மீதே முகத்தைப் பார்த்தே யார் எந்தப் பிரிவு என்று கண்டுபிடிக்கும் திறமை அவனுக்கு உண்டு.

அதோ....ரயிலில் இருந்து இறங்கி வந்தஒருவரிடம் ஓடினான். "ஐயா,காலணாக் கொடுங்க... சாமி, புண்ணியங்க... இன்று முழுதும் ஒண்ணுஞ்சாப்பிடவே இல்லீங்க..." என்று கெஞ்சினான்.

அப்பொழுது அவன் முகத்திலே! ஓடிய உணர்ச்சிக்கோடுகள்... அவன் தொனியிலே ஒலித்த சோகம்.... அவன் தோற்றம்!

அவனை அப்படிக் கண்ட யாருமே மனம் இரங்காமல் இருக்க முடியாது. முட்டுக்குமேல், மிக அழுக்குப் படிந்த ஒரு கந்தைத்

துணியைக் கட்டிக்கொண்டு, சடைபிடித்த தலைமுடியும், சிக்குப்பிடித்த தாடியும் முகத்தின் ஏழ்மைப் பிரதிபலிப்பின் பின்னணியாக விளங்க அலையும் ஒருவன்!

"ஐயா, பிச்சை.... காலணா!" என்று கெஞ்சிக்கொண்டு ஒவ்வொரு சொல்லுக்கு ஒரு தரம் பரிதாபமாகக் கும்பிட்டபடி வரும் அவனைக் கண்டு யாரும் மனமிரங்காமலிருக்க முடியாது.

அவன் தொடர்ந்த ஆசாமியும் பையிலிருந்து காலணா எடுத்துப் போட்டுவிட்டு முன் நடந்தார். அங்கே அவருக்காக நின்ற ஒருவர், "சனியன்கள்! எங்கே போனாலும் இது பெரும் பீடையாய்ப்போச்சு! எழவு பிச்சைக்காரர்களை ஒழிக்க வழி ஒண்ணும்மில்லையா?'' என முணுமுணுத்தார்.

பிச்சை போட்ட தர்மவானும் "உபத்திரவம்" என்று புலம்பிக்கொண்டே தொடர்ந்தார்.

இது அவன் காதில் பட்டதோ என்னவோ தெரியாது. அவனுக்குக் கேட்டிருந்தாலும் அவன் மனத்திலே எவ்வித உணர்ச்சியும் எழாது. அதுவே அவனது தினசரி வாழ்க்கை அனுபவமாகிவிட்டது.

மேலும் அவனது உணர்ச்சிகளை அரைத்து நசுக்கிவிட்டு ஓலமிடும் ராக்ஷஸ இயந்திரத்தின் முன் அவன் என்ன செய்ய முடியும்? அதன் அடிமை அவன். அதுதான்-அவன் வயிறுதானே - அவனை இந்தத் தொழிலில் புகுத்தியது. அதன்பின் மான அவமானத்தைப் பார்க்கத்தான் முடியுமா?

அவன் துடிக்கும் வயிற்றுப் பசியுடனும், இன்னும் கொஞ்சம் கிடைக்காதா என்ற அற்ப ஆசையுடனும் நின்றுகொண்டிருந்தான்.

அப்பொழுது அவ்வழியாகச் சென்ற உத்தியோகஸ்தர் "சீ நாயே, போடா! வெளியே போ. இங்கே உன்னை யார் வரவிட்டது?" என கர்ஜித்தார். திடுக்கிட்டான் அவன். எதிரே

செல்லும் அதிகார உருவைக் கண்டதும் தலை குனிந்தபடியே வெளியே போய்விட்டான்.

ஜங்ஷன் லெவல்கிராஸ்தான் நாகரிகத்தின் அலைமோதும் முக்கிய இடம். அங்கே சதா கூட்டந்தான்; இரைச்சல்தான். அங்கிருந்து பிரிந்து செல்லும் பல நாகரிகத்தின் சுழிப்புகளிலிருந்தும் வரும் சைக்கிள்களும், வண்டிகளும், பாதசாரிகளும், அங்கு மோதும் அலைபோலச் சேரும்பொழுது, பிரியும்பொழுதும் நாகரிகத்தின் பலவித மணமும் அவ்விடத்திலே வீசும்.

ஓடும் அவசர நாகரிகம் அந்த இடத்திலே தடைபட்டுத் தேங்கிவிடுவதும் உண்டு. அதுதான் பெரும் நாகரிகப் பூதம்போல் கர்ஜித்துக்கொண்டு அவ்வழியே செல்லும் ரயில் கடக்கும்பொழுது!

அப்பொழுது அந்த இடத்தைப் பார்த்தால் மனித மூளை சிருஷ்டித்த நாகரீக இயந்திரமே மனிதனை அடிமையாக்கிவிடும் உண்மைக்கு ஒரு பிரமாணமாக விளங்கும்.

ஆனால் அந்த நேரந்தான் சிலருக்கு கிட்டுதற்கரிய சந்தர்ப்பம். பிச்சைக்காரர்களுக்குத்தான்!

தடைப்பட்டு நிற்கும் நாகரீக உலகிடையே அதன் பெருங்குறையைக் கூறுவதுபோல், "ஐயா, பிச்சை போடுங்க" என்று கதறித்திரிவர் அநேகர்.

அவர்களிலே அவனும் ஒருவன். ரயில்வே ஸ்டேஷனிலிருந்து மனித அலைகளால் தாக்குண்டு தள்ளுண்டு, தேக்கத்திலே வந்து மோதினான்

அவன். வரப்போகும் ரயிலை நோக்கி நாகரீகச் சுழிப்புகள் பலவும் சிறிது தேங்கிக்கிடந்த நேரம்.

அப்பொழுது ஒரு கார் ஓடிவந்து ‘சடக்’கென நின்றது. பிச்சைக்காரன் கண்களிலே ஆவல் துள்ள காரருகே ஓடினான். அவன் குரல் மீண்டும் ஒலித்தது "ஐயா... பிச்சை போடுங்க.... தர்மவான்களே, காலணா கொடுங்க..... இன்றைக்குப் பூரா ஒண்ணும் சாப்பிடவே இல்லை."

மீண்டும் அதே குரல்.... அதே சோகபாவம்! இப்பொழுது சிலர் உணர்ச்சி மனிதர்கள்தான் என்று நிரூபித்தனர். "ஏண்டா கத்துறே! போ அப்புறம்.... சனியன்!" என எரிந்து விழுந்தார் முதல் ஸீட்டில் கம்பீரமாக அமர்ந்திருந்தவர். அவன் சிறிது நகர்ந்தான்; ஆனால்

அதே பல்லவியுடன்! அவனுக்கு அவன் கவலை- வயிற்றுக்கவலை- பெரிதுதானே!

"ஐயா தர்மவான்களே.." ஒருவர் காலணாவை வீசி எறிந்தார்.

அது பிளாட்பாரக் கல்லிலே விழுந்து, அவனது மனதில் எழுந்த ஆனந்தத்தைப் பிரதிபலிப்பதுபோல் 'ஜங்' என்று ஒலித்தது. அவன் கண்களில் நன்றி ஒளிவீசக் குனிந்து அதை எடுத்துக்கொண்டு, திரும்பவும் தன் தொழிலை ஆரம்பித்தான்.

“ஏலே சில்லறை இருக்காடா... ரெண்டு சல்லி இருக்கா? இதை வைத்துக்கிட்டு ரெண்டு சல்லி கொடு” என்று காலணாவை நீட்டினார் ஒரு புண்ணியவான். அவன் “சல்லி இல்லே சாமி... காலணாப் போடுங்க புண்ணியமுண்டு” என்றான். "போடா கழுதை!" என முணுமுணுத்தபடியே காலணாவை பையில் போட்டுக்கொண்டார் புண்ணியம் சம்பாதிக்க எண்ணிய தருமமூர்த்தி. பேரம்பேசிய அவரைப் பார்த்துக் கேலிக்குறிப்பில் சிரித்தனர் சிலர். ஆனாலும் அவனுக்கு ஒரு சல்லிகூடக் கிடைக்கவில்லை.

மனித உணர்ச்சிகளைத் தன்னுள் அடக்கி இழுத்துச் செல்லும் ரயில் கோர கர்ஜனையுடன் அந்த இடத்தைத் தாண்டிச் சென்றது.

`கேட்'டும் திறந்தது தடைப்படுத்தப்பட்ட நாகரீகப் போக்குவரத்து முண்டி முறண்டியடித்துக்கொண்டு அசைய ஆரம்பித்தது. கார்களும், சைக்கிள்களும், நடப்பவர்களும் வண்டிகளும்... எல்லாருமே, தேகத்தில் தடைபட்ட நேரத்தைச் சரிக்கட்டிவிட வேண்டி அவசரமாக மோதிக்கொண்டனர்.

அந்தக் கொந்தளிப்பிலும் தன் கருமமே கண்ணாயினான் அந்தப் பிச்சைக்காரன்.

எதிர் சரகில் அப்பொழுதுதான் வந்து நின்றது ஒரு மோட்டார். அதிலே தன் அதிர்ஷ்டத்தைச் சோதிக்க ஓடினான்

அவன். `கிரீ...ச்ச்....'

ஓர் அலறல், இங்கு புறப்பட்ட கார்தான் நின்றது. தன் கவலையில் ஆழ்ந்துவிட்ட பிச்சைக்காரன் கார் புறப்பட்டதைக்கூடக் கவனியாமல் குறுக்கே பாய்ந்தான். ஆனால் கார் நின்றுவிட்டது.

வாழ்க்கை அலை இழுத்துச் செல்லும் ஒரு சிறு கட்டை பாறையிலே மோதிச் சிதையப்போவதுபோல் தோன்றுகிறது; அதே வேளையில் மோதுறாமலே அலை திரும்பிவிடுகிறது. இல்லையேல் தாக்குண்டு சிதறும் அலைத்துளிகள் கட்டையையும் எங்காவது வீசிவிடுகிறது.

ஏதோ ஒரு சக்தியாலே அந்தப் பிச்சைக்காரனும் வாழ்வுச்சுழலின் நடுவில் தள்ளப்பட்டான், செத்து சுதந்திரம் பெற முடியாமல்! "சீ நாயே, புறப்படும்பொழுதே உன் உயிரை அடகு வெச்சிட்டு வந்தாயா? தூ!" எனச் சீறினான். டிரைவர், கார் பிரயாணிகளும் புலம்பினர் `டர்... டர்' எனும் இரைச்சலுடன் கார் மறுபடியும் கிளம்பியது.

பிச்சைக்காரனே தனக்கு நேரவிருந்த மரணத்தையோ, தெய்வாதீனமாகக் கிட்டிய உயிர்ப் பிச்சையையோ பற்றி எண்ணாமலே, "ஐயா, பிச்சை... காலணா போடுங்க!" என

அலறிகொண்டு மறுபக்கம் ஓடினான். அதற்குள் அந்த மோட்டார் புறப்பட்டுப்போய்விட்டது. அந்த ஏமாற்றத்தையும் அவன் மனதில் பதியவைக்கவில்லை. அவன் கவலை அவனுக்கு!

யாரோ `போட்ட' பக்கடாத் துண்டைக் கடித்துக்கொண்டே அன்றையச் சம்பாத்தியத்தைக் கணக்குப்பார்த்தபடி சாவகாசமாக நடந்தான் அவன். அவனிடமிருந்து ஒரு நெடு மூச்சுத்தான் கிளம்பியது.

அது எதை நினைத்தோ! அவனது வாழ்க்கையின் அலைகளைப் பற்றியா... அன்றைய அற்ப சம்பாத்தியத்தைப் பற்றியா?

4. தினசரிப் பிழைப்பு

"ஜல்... ஜல்...ஜலஜல....ஜல்.."

இந்த ஒலியுடன் 'கடகட' என்ற சக்கர ஓசையும் கலந்தது. குதிரை தலையை ஆட்டிய வண்ணம் `ஜல் ஜல்' கீதம் பாடிக்கொண்டு அடிமேல் அடி எடுத்து வைத்தது. அதன் கானத்திற்குப் பின்னணிபோல் இருந்தது வண்டி உருளும்பொழுது எழும் ஓசை.

தீனியே கண்டறியாத தெனாலிராமன் குதிரையைப்போல் விளங்கிய அந்த ஜந்துவின் உடலிலே அந்த வண்டியை இழுப்பதற்கும் சக்தி இருக்கிறதா என்று எண்ணத் தூண்டியது அதன் தோற்றம்.

அதைக் கவனியாமலே "ஹைஹேய்!" எனச் சவுக்கைச் சுண்டி 'சுளீர்' எனும் ஒலியை எங்கும் பரப்பினான் வண்டிக்காரன். இன்னும் ஓர் ஆள்... ஓராள்... டவுனுக்கு வரீங்களா ஐயா?" என அவன் வாய் பல்லவி பாடிக்கொண்டிருந்தது.

வண்டிக்குள் மூன்று பேர் இருந்தனர். அவர்கள் மூவரும் சற்று படுத்து வண்டி முழுவதையும் அடைத்துக்கொண்டு இடமின்றித் திண்டாடினார்கள். அவர்களில் ஒருவர் முணுமுணுத்தார். "இன்னும் ஒரு ஆளா! அட ஆண்டவனே!"

"அவனுக்கு ஆசைதான், ஆனால் அவன் குதிரைதான் ஊர் போய்ச் சேருமோ என்னவோ? " என்றார் மற்றொருவர்.

மூன்றாம் ஆசாமி, "குதிரை இப்பவோ இன்னும் செத்த நேரத்திலோன்னு இருக்கு, சாகப்போறப்பிலே! குதிரை வளர்க்கிறானாம் குதிரை!" என முனங்கினார்.

"கிடைக்கிற காசைக் குடியிலே தொலைச்சால்? குதிரைக்குத் தீனி வாங்கிப்போட்டான்னா...."

"அதுதான் கிடையாதே! `உழை, உழை, உடல் ஓய உழை; உழைக்கத்தான் உரிமை உண்டு. உண்டு களிக்கவன்று' - இதுதான் இவங்க குதிரைகளிடம் காட்டும் கொள்கை. அது உழைக்குது. கொஞ்சம்கூடத் தீனி போடவேணாம்." என்று பிரசங்கம் செய்ய ஆரம்பித்தார் இரண்டாவது நபர். அவர் `சமதர்மம், அபேதவாதம்' என்றெல்லாம் சொல்கிறார்களே அதன் காற்றை புத்தகங்களின் மூலம் உணர்ந்தவர் என்பதை அவரது பேச்சே எடுத்துக்காட்டியது.

இது ஒன்றையும் காதில் வாங்கிக்கொள்ளாதவன் போலவே "ஹைஹேய்... ஓராள்... அரையணா டவுனுக்கு!" என்று ஓலமிட்டுக் குதிரையையும் சாட்டையால் தட்டிக்கொண்டிருந்தான் வண்டிக்காரன்.

வண்டி 'கடகட' ஒலி எழுப்ப, குதிரை தலையை அசைத்துக்கொண்டு தனது சங்கீதத்திலேயே ஆழ்ந்து விட்டதுபோல ஜல்...ஜல்...

ஜலஜல்' என்ற சப்தத்திற்கிசைய காலடி எடுத்து வைத்து நடந்தது.

"ஏய் வண்டியைக் கொஞ்சம் ஓட்டு. என்னப்பா அசையுது!" என்று குரல் கொடுத்தார் உள்ளே இருந்த ஒருவர்.

அதற்குப் பதிலாக "ஹைஹேய்" என்ற அதட்டலே அதிகரித்தது. வண்டி அதே கதியில்தான் நகர்ந்தது. குதிரையும் அதே நடையில்தான் அசைந்தது, `ஜல் ஜல் ஜலஜல்' நாதத்துடன்.

'அவன் எங்கே சார் கேட்கப்போறான்! இன்னும் அரையணா கிடையாதான்னு கொட்டாவிவிடுவான் பேராசை!" என்றார் `தோழர்.' இவர்களது பேச்சு வண்டிக்காரன் காதில் விழாமல் இல்லை. ஆயினும் அவன் மனம் வேறு எங்கோ சுழன்று கொண்டிருந்தது.

“அரையணா... ஆமாம் அரை அணாத்தான்! இவர்களுக்கு பெரிதல்ல என் வீட்டிலே ஒரு அரை அணா எவ்வளவு ஒளி வீசும் என்பது இவர்களுக்குத் தெரியுமா? உயிர் அற்றது போன்ற தேகத்திலே அது எவ்வளவு உணர்வு புகுத்தும் என்பதுதான் இவர்களுக்குத் தெரியுமா? ஹூம்...” என அவன் இருதயம் குமுறியது.

அவன் மனத்திரையிலே எத்தனையோ காட்சிகள் ஓடிக்கொண்டிருந்தன. அவன் காதிலே உணர்ச்சியில் பிறந்த புலம்பல்கள் எவ்வளவோ எதிர்நாதம் செய்தன. அவன் உள்ளமே உணர்ச்சியுடன் கொந்தளித்துக்கொண்டிருந்தது.

அவன் கண் முன் ஒரு மங்கலான காட்சி... ஒரு சிறு குடிசை அழுக்குத் துணிகளும் தகர டப்பாக்களும் தாறுமாறாகச் சிதறிக் கிடக்கின்றன. ஓர் ஓரத்திலே படுக்கையில் கிடக்கிறது ஓர் உருவம். வெறும் எலும்புக்கூடு போன்ற தோற்றம். சிறிது நேரத்திற்கு ஒருமுறை “அம்மா... அப்பா...” என்ற முனகல் எழுவதே அவள் உயிருடன் கிடக்கிறாள் என்பதைக் காட்டுகிறது. மாலை நேரம். இருள் எங்கும் சூழ ஆரம்பிக்கும் வேளை. அவன் விளக்கு ஏற்றலாம் என்று தீப்பெட்டியைத் தேடுகிறான்.

பெட்டியில் குச்சி இல்லை. பக்கத்துத் தெருக்கடைக்குப் போய் இரண்டு குச்சிகளை `ஓசி' வாங்கி வந்து பார்த்தால், விளக்கிலே எண்ணெய் இல்லை. யார் கடன் கொடுப்பார்கள்?

கிடந்த எண்ணெய்யில் திரியை நனைத்து விளக்கை ஏற்றினான்.

அவள் இருமும் சப்தம் கேட்டது. அவளருகே ஓடி "செல்லம்....... செல்லம் என்னம்மா செய்கிறது?" என இரக்கமும், கனிவும் தொனிக்கும்

குரலில் விசாரித்தான். அவள் குடிப்பதற்கு ஏதாவது கேட்டாள். கஞ்சி இருக்கிறதா என்று சட்டியைப் பார்த்தான். கஞ்சி இல்லை. வெந்நீர் மாத்திரம் கொடுக்கும்பொழுது அவன்

இதயம் துடித்தது. அவ்வேளையிலே உள்ளே ஓடிவந்த அவனது குழந்தை அன்பாக “அப்பா, எனக்கு சீனிமிட்டாய்” என்று கேட்டது. "போ மூதேவி! மிட்டாயாம்! இங்கே கஞ்சிக்கே `லோல் போடுது' இந்த லெக்ஷணத்தில் மிட்டாய்! தூ..." என எரிந்து விழுந்தான்.

குழந்தை என்ன கண்டது? 'எனக்கு மிட்டாய் வேணும்.... ஊம்... ஊம்” எனக் கோரக்குரல் எடுத்து அழ ஆரம்பித்தது.

அவனுக்கு ஆத்திரம் கிளம்பியது "நான் சொல்லுறேன் நீ அழுவுறையா?" என ஓங்கி அறைந்துவிட்டான் குழந்தையை. "ஐயோ... ஐயோ! வேண்டாம்!” எனப் பொறுமினாள் தாய்.

குழந்தை தரையில் படுத்து விம்மி விம்மி அழுதது. சிறிது நேரத்தில் அயர்ந்து தூங்கிவிட்டது. அதையே கவனித்த தாயின் அன்பும் இரக்கமும் கண்ணீராக கரைந்து ஓடியது. தாயையும் குழந்தையையும் பார்த்துக்கொண்டிருந்த அவன் உள்ளமும் ரத்தக்கண்ணீர் சிந்த ஆரம்பித்தது. அருகில் எண்ணெய் இல்லாது உள்ளே போய்க்கொண்டிருந்த மங்கிய விளக்கைப்போல, சோகத்தால் நிறைந்த அவனது உள்ளமும் சாம்பிக்குவிந்தது.

“அட கடவுளே, தினசரி இதே பிழைப்புத்தானா!" என ஓலமிட்டது அவன் மனம்.

திடீரென குதிரைவண்டிக்காரன் கனவைத் துரத்தும் சம்பவம் ஒன்று நிகழ்ந்தது. `ஜல்ஜல் ஜலஜல்' என்று நாதத்திற்குத் தக்க நர்த்தனமிட்டு

நடந்த குதிரை `சடக்' எனக் கீழே விழுந்தது. "ஐயோ!” என்று அலறியவண்ணம் கீழே குதித்தான் வண்டிக்காரன். அதே வேளையில் பின்பக்கமாக ஒருவர் வெளியே தாவினார். உள்ளே இருந்த இருவரும் ஒருவர்மேல் ஒருவர் இடித்துக்கொண்டு வெளியே உருண்டனர். அவர்களுடன் போட்டி இடுவதுபோல, ஒருவர் கூடையில் வைத்திருந்த ஆரஞ்சு பழங்கள் உருண்டு சிதறின. ரோட்டில் இந்தச்

சம்பவம் நடந்தது என்றால் கேட்கவேண்டுமா? சிறு கூட்டம் கூடிவிட்டது.

"ஒண்ணுமில்லே வாரு அறுந்துபோச்சு" என்று சொல்லி குதிரையைத் தூக்கி நிறுத்தினான் அவன்.

"நீயோ, உன் குதிரையோ! வண்டியும் லட்சணமும்! இதிலே ஏறியதே தவறு. ஏதோ பிழைத்தோம். இந்தா தொலை" என்று அரையணாவைக் கொடுத்துவிட்டுக் கம்பி நீட்டினார் பின்புறமாகக் குதித்தவர். மற்ற இருவரும் "வண்டியில் ஏறலாமா, வேண்டாமா? என யோசித்து நின்றனர். அப்பொழுது ஒருவருடைய கண்களும் மனமும் சிதைந்த ஆரஞ்சுப் பழங்களையே வட்டமிட்டன. அவற்றைப் பொறுக்கிக் கொண்டிருந்தார் அவர். அவர்களது அதிருப்தி முணுமுணுப்பாக வெளிவந்தது. வேடிக்கை பார்த்து நின்றவர்களும் பலபல புலம்பினர். வண்டிக்காரன் குதிரையைத் திரும்பவும் மாட்டி வண்டியைச் சரிப்படுத்தினான். "ஐயா, சும்மா ஏறுங்க" என்றான்.

அவர்கள் தயங்கவே "சும்மா ஏறுங்க சாமி, இனி பயமில்லை" என்று உற்சாகப்படுத்தினான்.

அவர்கள் முனங்கியபடியே வண்டியில் ஏறினார்கள். `சுளீர்' என்று சாட்டையடி.

கடகட' என வண்டி மீண்டும் கிளம்பியது. முன்புபோலவே குதிரை தலையை ஆட்டிக்கொண்டே அசைந்தது 'ஜல்...ஜல்...' நாதத்தை ஒலிபரப்பியவண்ணம்.

இவற்றுடன் அவன் குரலும் கலந்தது- "ஓராள்.... ஓராள்... டவுனுக்கு வாரீங்களா?" அதைக் கவனியாமல் குதிரை 'ஜல் ஜல்' கானத்திற்கு அபிநயம் பிடித்தவண்ணம் நடைபோட்டது, வண்டியும் உருண்டுகொண்டே இருந்தது. வண்டிக்காரன் மனமும் அவனது வாழ்வுப்பாதையில் சுழல ஆரம்பித்தது. அதுதானே அவனது தினசரிப் பிழைப்பு.

5. மதனி

ராமச்சந்திரன் வீட்டிலுள்ள ஒவ்வொருவரது மனநிலையும் அன்று வெவ்வேறு பந்தாவில் துடித்துக்கொண்டிருந்தது என்றாலும், எல்லாவற்றையும் 'குதூகலம்' என்ற பிரிவிலே சேர்க்கவேண்டியதுதான். முதலில் ராமச்சந்திரனின் சந்தோஷத்திற்கு மற்றவர்களுடைய மகிழ்வு கிட்ட வராது. அன்றுதான் அவனுடைய புது மனைவி வீட்டிற்கு வருகிறாள். அப்போதைய மனநிலையை என்னைவிட அனுபவம்மிக்க புதுமாப்பிளைகளே நன்றாக எடுத்துச் சொல்ல முடியும்.

ராமுவின் அன்னை மீனாட்சி அம்மாளது மகிழ்விற்குக் காரணம், தன் குலம் ஒளி பெற குத்துவிளக்குப்போல் நிறைந்த மங்கலத்துடன் மருமகள் ஒருத்தி வருகிறாள் என்பதுதான். மாமியார் என்ற தோரணையில் ஆரம்பத்திலேயே அதிகார வெறி வந்துவிட்டது. மகனின் ஆசைக்குரியவள் என்றதனால் எழும் திருப்தி, அன்னையின் முகத்தில் வாய் நிறைந்த சிரிப்பாக மலர்கிறது.

ரகுநாதனின் உள்ளத்திலே உவகை துள்ளுவானேன்? அது அவனுக்கே விளங்கவில்லை. வாழ்வில் ஒரு புதுமையான பெண் வீடு வருதால் தமையன் சந்தோஷிக்க வேண்டியதுதான். குலம் விளங்கவும் குடும்பப் பணி செய்யவும் மருமகள் வருகிறாள் என்பதனால் அன்னை இன்புற வேண்டியதுதான். தான் ஏன் சந்தோஷமடைய வேண்டும்?

அவனுடைய மனதை அலட்டிக்கொண்டிருந்தது இந்தப் பிரச்னை.

அதற்கு ஒரு முடிவு ஏற்பட்டதாகத் தெரியவில்லை. அதை யாரும் சட்டைசெய்ததாகவும் தோன்றவில்லை. புதுப்பெண் அந்த வீட்டிலே வந்து இறங்கிவிட்டாள்.

அன்றும் அதற்குப் பிறகு சில தினங்களாகவும் ராமச்சந்திரன் ஏதோ ஒரு தினுசாக வான வீதியில் உருளும் கோளங்கள் எதிலோ ஒன்றில் இருந்து குதித்துவிட்டவன்போல - நடந்தது ரகுநாதனுக்கு வியப்பளித்தது.

பெருமையால் பூரித்திருந்த மீனாட்சி வரவர முகத்தைக் கோணலாக்கிக்கொண்டு நடப்பானேன்? அதுவும் அவனுக்கு விளங்கவில்லை. ரகுநாதன் ஹைஸ்கூலில் படித்துக்கொண்டிருந்தான். அவனது அறிவும் அனுபவமும் அச்சடித்த புத்தகங்களிடையிலும், பள்ளிக் கூடத்திற்குள்ளேயே அடங்கிவிட்டன. அவன் வெளியுலகத்தை உணரவில்லை.

உணர வேண்டிய அவசியம் இருப்பதாகவும் எண்ணவில்லை. எல்லோரும் தனது மாணவ நண்பர்களைப்போலவே இருப்பார்கள் என்று மயங்கித் திரிந்தான். அவனுக்கு எதிர்பாராததாக இருந்தது ஸ்ரீமதி லலிதா ராமச்சந்திரனின் போக்கு அவன் வீட்டிற்கு புதிதாக ஒரு பெண் வரப்போகிறாள் என்றதும் அவன் மனதிலே ‘குறுகுறு’ என்றது! ஒரு பெண்! சகோதரிகள் இல்லாததனால் பெண்களுடன் பழகும் முறையே அவனுக்குத் தெரியாது.

அவ்வேளையில் எங்கிருந்தோ ஒரு மதனி வருகிறாள்! அவனுக்கு சங்கோஜமாக இருந்தது. அவள் எப்படி இருப்பாள்? வந்தவுடன் தன்னுடனே பேசுவாளா? தனது தாயைப்போல அன்புடனே நடப்பாளா? தன்னை எப்படி அழைப்பாள். தான் அவளுடன் எவ்விதம் பழகுவது? -

அவன் மனதிலே கட்டுக்கடங்காத பிரச்னைகள் அலைகளென எழுந்து துள்ளின. நாளாக ஆக இதற்கு இவ்வளவு தூரம் மனதை அலட்டியிருக்க வேண்டாம்' என்று தன்னிடமே எரிந்து விழுந்தான்

அவன். காரணம்....

லலிதாவின் அந்தரங்கத்திலும் ஆயிரம் கேள்விகள் எழுந்து ஓலமிட்டனவோ என்னவோ? தனது வயதையொத்த வாலிபன் ஒருவனிடம் - அது கணவனின் தம்பியானாலும் எப்படி நடந்துகொள்வது என்று அந்த இளம் இதயத்திற்கு விளங்கவில்லையோ!

அன்றி வெட்கம் பிடுங்கித் தின்றதோ!

ஏனோ அவள் அவனைவிட்டு விலகியே நடந்தாள். ரகுநாதன் ஒருவன் இருக்கிறான் என்பதையே அவள் மறந்துவிட விரும்பினாளா?

அவனுக்கு அவள் செய்கைகள் எல்லாம் கர்வத்தின் விளைவுகள் என்று பட்டன. சொர்க்க இன்பத்தில் ஆழ்ந்து கிடப்பதாகக் கனவு கண்ட ராமச்சந்திரனே இதுபோன்ற அற்ப விஷயங்களை தன் கவனத்திற்கு இழுக்கவில்லை.

இதே ரீதியில் மாதங்கள் பல சென்று மறைந்தன. ஒருநாள் ரகுநாதன் எதிர்பாரத விஷயம் நடந்தேவிட்டது. அவன் மதனி அவனிடம் பேசிவிட்டாள்! அன்று முழுவதும் அவன் இன்ப நினைவுகளிலேயே தன் மனதை அலையவிட்டுக் களித்தான்.

அவன் பள்ளிக்கூடத்திலிருந்து வந்ததும் "அம்மா" என்று அலறிக்கொண்டு அடுப்பங்கரைக்கு ஓடினான். அங்கு அவனுடைய தாய் இல்லை. லலிதா என்னவோ செய்துகொண்டிருந்தாள். "சே! அவள் எங்கு தொலைஞ்சிட்டா?" என்று முனங்கிவிட்டுத் திரும்பினான்.

அது லலிதாவிற்கு சிரிப்பு மூட்டியது. `களுக்'குச் சிரிப்பை அவள் காற்றிலே கலக்கவிடவில்லை.

மோனப்புன்னகை புரிந்தவண்ணம், அவனுக்காக வைத்திருந்த காபியைத் தம்ளரிலே எடுத்துக்கொண்டு வந்தாள். அப்பொழுதுதான் அவன் வெளியே செல்லக் கிளம்பினான். அவள் வருவதைக் கவனியாமல் வெளிவாசலண்டை சென்றுவிட்டான். அவனை எப்படிக்

கூப்பிடுவது? ஐயோ! அதோ அவன் மறையப்போகிறானே - களைப்பை

ஆற்ற காபிகூடக் குடியாமல்! அவள் மனப்போராட்டங்களை ஒதுக்கிவிட்டு "காபி சாப்பிடலை ஏன்?" என்று சொற்களை வெளியே தள்ளினாள். அதற்கு எவ்வளவோ முயற்சி தேவையாக இருந்தது.

'அந்தக் குரல் ரகுவின் காதில் விழுந்ததும் உண்மையாகவா?' என்னும் திகைப்பு அவன் உள்ளத்தில்

கொப்புளித்தது. அவன் திரும்பினான். ஆம். அவள் கையில் தம்ளருடன் நின்றாள். அவன் கண்கள் மலர்ந்தன. பச்சை வண்ணப் பட்டுடுத்தி, அப்பொழுதுதான் அலர்ந்த அந்திமந்தாரையின் வனப்பு திகழும் முகம், அதன் இருபுறங்களிலும் ஊசலாடும் காதணிகளில் மாலை வெயில் பட்டதனால் ஏற்பட்ட ஜொலிப்பு அவள் கன்னங்களில் பிரதிபலிக்க, புதிய பிம்பம்போல நின்றாள் அவள். அவளை ஏறெடுத்துப் பார்த்த அவன் உள்ளத்திலே உவகை பூத்தது. அவன் திரும்ப வந்து தம்ளரை அவள் கையிலிருந்து வாங்கும்பொழுது அவள் கன்னங்கள் நாணத்தால் சிவக்க, செவ்விய இதழ்களில் ஒரு நகை அரும்ப விலகிவிட்டாள். அவன் காபி குடித்த தம்ளரை கீழே வைத்துவிட்டு வெளியே போனான். அன்று அவ்விரு இளம் உள்ளங்களிலும் எழுந்த பரவச கீதம் எவ்வளவோ!

அன்று அரும்பிய அன்பு மலர் தினம் தினம் முற்றிக்கொண்டே வந்தது. பரிசுத்தமான இதயங்களுடன் அவர்கள் பழகினார்கள், சகோதர சகோதரிகள் என நாளடைவிலேயே அவள் நாணத்திற்கு இடம் கொடாமல் "ரகு... ரகு" என்று கூப்பிட்டுத் திரிந்தாள். அவ்வழைப்பு ரகுநாதனின் செவியில் எவ்வளவு இன்பத்தேன் பாய்ச்சியது! ராமச்சந்திரன் புதுவாழ்வு மயக்கம் தெளிந்து விழித்தலைந்தான். பொறுப்பு அவன் தலையை அழுத்தி அவனை வாழ்வு என்றால் என்ன என்று உணரச் செய்தது. அதனுடன் அவன் உள்ளத்தில் அர்த்தமற்ற குழப்பம்

சுழித்தோடியது. லலிதா புதுமை என்பதில் இருந்து, பழகிப் பழகி அலுப்பும் தொல்லையும் தரும் ஐந்து என்ற தன்மைக்கு வந்துவிட்டதாக அவனுக்குப்பட்டது. அப்பொழுதுதான் அவனுக்கு அந்த ஞானோதயம்!

அவள் முன்போல் இல்லை. `அந்தச் சின்னப் பயலுடன் என்ன பேச்சு! ஏன் அவ்வளவு சிரிப்பு!' ரகுநாதன் மேல் அவனுக்கு வெறுப்பு விளைந்தது. `அவள் அவனைக் கண்டு மயங்கிவிட்டாளா?' அவன் மனம் சதா அரித்துக் கொண்டிருந்தது. ஏதோ காரணத்தால் மிருகமாகிவருவதை அவர்கள் இருவரும் உணர்ந்தனர். அதிலும் அன்று..... லலிதாவிற்கு சினிமாப் பார்க்க வேணுமென்ற நினைப்பு, அடக்க முடியாத ஆசையாக உருவெடுத்தது. ராமச்சந்திரன் தினசரி அலுவல்களினால் களைப்படைந்து வீடு திரும்பும்பொழுது அவளை சினிமாவிற்கா கூட்டிப் போவான்! அதனால் அன்று ரகுநாதனுடன் அவள் சினிமாப் பார்க்கச் சென்றுவிட்டாள்.

ராமச்சந்திரன் வந்ததும் கதவு பூட்டிக் கிடப்பதைக் கண்டான். அவனுக்கு ஆத்திரம் பொங்கி வந்தது. "இந்தச் சனியன்களை என்ன செய்வது?" அதற்கு ஒரு முடிவு காணும் முன்னமே அடுத்த வீட்டுப் பயல் வீட்டுச் சாவியைக் கொண்டு கொடுத்துவிட்டு "அவங்க சினிமாவிற்குப் போயிருக்காங்க" என்று தெரிவித்தான். அவனுடைய கோபம் எவ்வியது.

"தெரியும். அளவிற்கு மீறிவிட்டது... மானம் கெட்ட கழுதைகள்" என்று உறுமினான்.

சினிமாவில் இருந்து திரும்பி வரும்பொழுது கவலையற்ற மைனாப் புட்கள் போல குதூகலமாக வந்த அவர்கள், வீட்டிலே ஊழிப்பொறுமல் காத்திருக்கிறது என்று சிறிதாவது எண்ணியிருப்பார்களா?

லலிதா முதலில் நுழைந்தாள். அவள் வருகைக்காகக் காத்திருந்த ராமச்சந்திரன், அவள் தலையைப் பற்றி ஒரு குலுக்கு குலுக்கி எடுத்தான். எலியை உலுக்கும் பூனைபோல.

அவள் திடுக்கிட்டு அலறினாள். ரகுநாதன் விஷயம் அறியாமல் விழித்து நின்றான்.

"விபசாரிக் கழுதை! உனக்கு அவனோடு போய் சினிமாப் பார்க்கணுமா?" என்ற சொல் அனலுக்குப் பின் அவள் கன்னத்தில் அறைகள் விழுந்தன. "ஐயோ" என்றலறினாள் அவள்.

"அண்ணா! ஏனிப்படி..." ரகுநாதன் பேச்செடுக்கும் முன்பே "போடா நாயே! நீ யார்டா அவளுக்காகப் பரிந்து பேச. உன் வாலை என்னிடமே காட்றையோ!" என்று கர்ஜித்தான். ரகுநாதன், இதயம் பிளந்துவிடுவதுபோல் துடித்தது. "அண்ணா, மதனியை வீணா..." என்று ஆரம்பித்தான். "போடா காமாட்டிப் பயலே! மதனி! உங்க உறவு எனக்குத் தெரியாமல் போக நான் என்ன மடையனா! வெளியே போ!" என்று உறுமினான்.

ரகுநாதன் வீட்டிற்குள் நுழையாமலே வெளியேறினான். அவன் உள்ளம் குமுறியது; "ஐயோ! என்னால் அவளுக்கு இவ்வளவு! அவள் முன்போல் இருந்திருக்கக்கூடாதா!" அவன் முன் அன்பு மலர் முதன்முதலாக அரும்பிய சந்தர்ப்பம் நினைவுக் காட்சியாகத் தோன்றியது. "இம்மலரைக் கசக்கி எறியும் சூறையாக அண்ணனே வாய்த்தானே! அம்மாவின் மனம் என்ன சொல்லுமோ?... அவள்-மதனி-என்ன பாடு படுகிறாளோ..." எண்ணற்றப் பிரச்னைகள் எழுந்து உள்ளத்தின் அடிப்பரப்பைக் கலக்க, அவன் எங்கோ சென்றுகொண்டிருந்தான், லட்சியமற்று ஊரும் காற்றுப்போல.

6. நூர்ஜகான்

நூர்ஜகான் பீவி என்னைக் கூப்பிட்டு அனுப்பினாள் என்ற சேதி எனக்கே வியப்பளித்தது, "பேகம் சாகிபாவது.... என்னையாவது.... கூப்பிடுவதாவது! என்ன ஆச்சர்யம்" என்றேன்.

"நூரு பீவி உங்களைத்தான் கூட்டிவரச் சொன்னாக'' என்றாள் கள்ளங்கபடமறியாச் சிறுமி.

அவள்தான் என்னை அழைக்க வந்தவள்.

"நீ யார்? உன் பேர் என்ன? பேகத்துக்கு நீ என்ன உறவு'' என்ற கேள்வி அடுக்குகளைச் செவியுற்று அவள் திணறினாள். மாதுளை மொக்குப் போன்ற தன் உதடுகளை எச்சில்படுத்திக்கொண்டே ''என் பேரு தில்ரூபா. நூரு பீவிக்கு... பீவிக்கு...." என்று இழுத்தாள், என்ன சொல்வதெனப் புரியாமல்.

"வீட்டில் வேறு யாரும் இல்லையா? சாகிப்ஜீ?"

"சாச்சா ஊரில் இல்லை. வீட்டில் யாரும் கிடையாது. பீவிக்கு உடம்புக்குக் குணமில்லையாம். உங்களை..."

''சரி, வாறேன்... போ"

துள்ளும் இளமறி போலே வெளியே பாய்ந்தாள் தில்ரூபா.

நூர்ஜகான் பீவி என்னை அழைப்பானேன்? இது இயல்பான கேள்வி. அவள் மீது எனக்கு எப்பொழுதுமே சந்தேகம்தான். முதல் முறை பார்க்கும்பொழுதே அவள் கண்வீச்சு சொன்ன பாடம் இது.

காலையிலும், மாலையிலும் வாய்க்காங்கரைக்கு நான் அப்படித்தான் போவது வழக்கம்.

மாமரங்களுக்கு இடையே செல்லும்போது குளுமையாக இருக்கும். அத்துடன் குஷியூட்டக்கூடியது கோஷாவின் பார்வை. முதல் சந்திப்பு இப்படித்தான் நடந்தது.

நான் தெருவில் போய்க்கொண்டிருந்தேன். சதா அடைத்துக் கிடக்கும் அந்த வீடு அன்று சற்றே திறந்து காணப்பட்டது.

கதவருகிலே, கனகாம்பரப் பட்டு உடுத்திய பட்டாணிப் பெண் நின்றாள். நான் கவனித்த வேளையிலேயே அவளும் பார்த்தாள். பதுங்கவில்லை. அவள் கோஷா மங்கை என்றாலும் சிரித்தாள். அவளை நான் எங்காவது இதற்கு முன் பார்த்திருக்கிறேனோ?.... பிரமை! அவ்வளவுதான்.

அன்றிருந்து தினம் மாலையில் கதவருகில் கண்டு களிக்க முடிந்தது அந்த அழகியை. பின் காலையில்கூடக் காணும் பாக்கியம் கிடைத்தது. இன்று மாலையிலே அவள் கதவை அகலத் திறந்து போட்டிருந்தாள். உள் வாசலில், என்னை அழைத்த பெண்ணுடன் விளையாடிக்கொண்டிருந்தாள். அவள் முக்காடு நழுவிக் கிடந்தது. மார்புச் சேலை, மறைக்க வேண்டிய தொழிலை மறந்து நடுவே புரண்டது. நான் வீசிய பார்வையில் அவள் தோற்றம் சிக்கிய வேளையிலே அவளும் பார்த்து நகை மலர்ந்தாள். அவள் ஏன் அப்படிச் செய்யவேணும் என்பது என் புதிர். அதற்கு மேற்பட்ட புதிராக அல்லவா இருக்கிறது அவள் அழைப்பு.

அவள் வீடு தனிமையில் நின்றது. பக்கத்தில் வீடுகள் இல்லை.மாந்தோப்பு. பின்புறம் வாய்க்கால். வீட்டில் அவளைத் தவிர வேறு யாருமே இல்லையாம். அதனால் எனக்கு ஒரு துணிவு பிறந்தது. எனினும் வீட்டுக்குள் நுழைய தயக்கமாகத்தான் இருந்தது. காலடி ஓசை கேட்டதும் "வாருங்கள்!" என்ற இன்குரல் வந்தது.

நேரே இருந்த அறையில் புகுந்தேன். அங்கு அவள் இருந்த தோற்றம்! ஆஹாஹா!..... மொகலாய சம்பரதாயப்படி நீண்ட கொழகொழத்த பைஜாமா அணிந்திருந்தாள், மேலே

நீண்ட சில்க் ஜிப்பா, தோளில் அங்கவஸ்திரம். அழகுக்காகத்தானே தவிர அழகை மறைக்க அல்ல! திவானில் அவள் சாய்ந்திருந்த `போஸ்' கவர்ச்சி மிக்கது. விம்மிய மார்படை, தாழ்ந்த வயிறிடை, துவண்டு கிடந்த ஜிப்பாவின் நெளிவுகளும், எழில் வதனத்தில் நெளிந்த முழு நகையும், சிங்காரிக்க அற்புதமாகச் சாய்ந்திருந்தாள், பாதுஷாவின் பட்டமகிஷி போலே.

என்னைக் கண்டதும் “எங்கே வரமாட்டீர்களோ என நினைத்தேன்” என்றாள்.

“ஏன் என்னைக் கூப்பிட்டீர்கள்?”

"கூப்பிட்டீர்கள் ஆவது கள்! ஏன் கூப்பிட்டே நூருன்னு சொல்லுங்க" என்ற பதில் என்னைத் திடுக்கிடவைத்தது. இவ்வளவு உரிமை பாராட்டும் துணிவு இவளுக்கு எப்படி வந்தது?

"என்ன, முன்பு கூப்பிடலையா? நான் வளர்ந்துவிட்டேன். ஜிஹாங்கீர்கூட வளர்ந்துவிட்டான். நீங்கள் அன்றுபோல்தான் இன்றும்....."

மின்சாரப் பொறியைத் தட்டிவிட்டாள். உள்ளத்திலே பளிச்சிட்டது நினைவு. 'இவள் ஜிஹாங்கீரின் இளைய சகோதரி நூருவா? அடடே, என்ன ஜோரா வளர்ந்திருக்கா!' என்றது மனம். “ஜிஹா இப்போ எங்கே இருக்கான்?" என்றேன். அவன் எனது பள்ளித் தோழன். "சென்னையிலே. உங்களைப் பற்றி அடிக்கடி பேசுவோம். என்னால் உங்களை மறக்கவே முடியலை. இப்போ நான் எப்படி இருக்கேன். ஊங்?" என்றாள் குழைவாக. அப்பொழுது கர்வம்கொண்ட மயில் போல நிமிர்ந்து அசைந்தாள்.

“ரொம்ப அழகா இருக்கே. சொக்கழகுதான். அதுசரி. நீ கோஷா இல்லையா? என்னைக் கூப்பிட்டனுப்பலாமா?" என்று கேட்டுவைத்தேன்.

"ப்சூ! அதுக்கென்னவாம்" என்றாள் அந்த ஒய்யாரி. என் பார்வை அவள்மீது சென்று சென்று மீண்டது. அவளுடைய விழிகளும் அப்படித்தான் அவ்வேளைகளில் அவளது வெண்தந்த முகம் சிவப்பாகி மிளிரும்.

"இன்னைக்கி..'' என்னவோ சொல்ல வாயெடுத்தாள். பிறகு "இருங்கள்'' என்று சொல்லிவிட்டு உள்ளே போனாள். அவள் அழகை ரசிக்காமல் இருக்க முடியுமா? அவள் மீண்டும் வந்தாள், கையில் ஒரு தட்டுடன். ''உங்களுக்கு முந்திரிக்கொத்துன்னா ரொம்பப் பிடிக்குமே. இது நானே செய்தது.

முன்பு எங்கம்மா செய்து தருவாளே அதைப்போல இருக்கா, பாருங்க" என்று குனிந்து தட்டை என் முன்னாள் வைத்தாள்.

அவள் மென்மூச்சு என்மீது பட்டு என்னைப் புல்லரிக்கவைத்தது. எங்கே அவள் தலை என் முகத்தில் இடித்துவிடுமோ எனப் பயந்து பின்னால் சாய வேண்டியதாயிற்று. அவள் பூசியிருந்த 'டாம்கோ ஹேர் ஆயில்' ஜாஸ்மின் மணம் கமகமத்தது. "உங்களுக்கு ரொம்பப் பிரியமானதாச்சே மல்லிகை மணம் என்றாள் நூரு. முந்திரிக்கொத்தைப் பிட்டு வாயில் போட்டுச் சுவைத்தேன். ஊறிய இன்பப் பெருக்கால் ''ரொம்ப நல்லாருக்குடி'' என்று வார்த்தைகள் உதிர்ந்தன. எனது தவற்றை உணர்ந்து "ச்....ச்....ச்" என்றேன். அவளோ துள்ளும் கயல் விழிப் பார்வையும் கள்ள நகையும் உகுத்து, தன் செங்காந்தாள் விரலால் என் கன்னத்தைத் தட்டிவிட்டு உள்ளே ஓடினாள். அவள் தோளிலே கிடந்த மென் பச்சை சல்லாத் துணி-ஜிகினா தைத்தது- என்னைத் தடவிச் சென்றது. அதிலும் மல்லிகை மணம்.

கையில் தேநீர்க் கோப்பையுடன் திரும்பி வந்தாள். என் கண்கள் கூச்சத்தை ஒழித்துவிட்டன. தாராளமாக அந்த அழகுக் காட்டியின் மீது மேய்ந்து திரிந்தன. என்னருகில் வந்தமர்ந்த நூரு "உனக்கு எங்க வீட்டு டீ ரொம்பப் பிடிக்குமே!" என்றாள்.

உணர்ச்சிப் பிசகைத் திருத்தி "உங்களுக்கு" என்றாள் உடனேயே. "நூரு, சாகிப் ஜி"

'அது கிடக்கு, ஊருக்குப் போயிருக்கு. வர ஒரு வாரம் ஆகும்" என்று சொன்னாள். வெறுப்பும் அதிருப்தியும் அவள் குரலிலும் முக பாவனையிலும் விளையாடின. "நீங்க நாளைக்கு வரணும். தினம் வரமாட்டீங்களா?" என்று கெஞ்சினாள்.

"எதற்கு?"

"எதற்கா!"

இரண்டு பூங்கரங்கள் என் தோளை வளைந்தன. மென் இதழ்களின் ஸ்பர்சம் என்னை மயங்கச் செய்தது.

"புரிஞ்சுதா, என் ராஷா!" என்றாள் அந்த அழகு கோஷா.

7. கண்டிப்பு

சாம்பசிவம் பிள்ளைக்கு தாது விழுந்துவிட்டது பாவம்! அவர்தான் என்ன செய்வார்? தன் மகனே - வருங்கால வாழ்வின் நங்கூரம் என நம்பி இருந்த பிள்ளையாண்டான் அப்படிச் செய்துவிட்டான் என்றால்.....

அவர் மனம் கொதித்தது. கோபம் கோபமாக வந்தது. அடக்க முடியாத ஆத்திரத்தை யார்மேல் கொட்டுவது?

அப்பொழுதுதான் "அப்பா" என்று அன்பாக அழைத்தவண்ணம் அவர் அருகில் ஓடிவந்தான் ஐந்து வயதுப் பையன் ஒருவன். அவருக்கு வந்த ஆங்காரத்தையெல்லாம் சேர்த்துவைத்து காரணமில்லாமல் அவனை இரண்டு அறை அறைந்தார் அவர்; பையன் 'ஓ' என்று கத்திக்கொண்டு வெளியே ஓடினான்.

"சவம்....வாயைப் பாரு வாயை! பேய் கத்துற மாதிரி" என்று எரிந்து விழுந்தார் பிள்ளை.

"அது என்ன செய்யும்? அதைப்போட்டு பேய் அடித்தாற்போல அறைந்தால்..." என்று சமாதானம் கூற வந்தாள் அலமு அவர் மனைவி. அது அவர் கோபத்தீயை அணைப்பதாயில்லை. பெட்ரோல் ஊற்றி வளர்ப்பதுபோலாயிற்று.

"மூதேவி! நீ பிள்ளை வளர்த்திருக்கிற லக்ஷணத்துக்கு சிபார்சுக்கு வேறே வந்துட்டியாக்கும். வீட்டுச் சாமானை ஒழுங்காப் பாதுகாக்க வகையில்லே. பிள்ளையை அடக்கி ஒடுக்கி வளர்க்கத் துப்பில்லை. பேசவந்துட்டா!" என்று அனல் கக்கினார் வார்த்தைகளிலே.

அவர் குணம் அவளுக்குத் தெரியும். ஆகவே, அலமு பேசாமல் அடுப்பங்கரைக்குள் புகுந்துவிட்டாள். இருந்தாலும் பெண் மனம் சுலபமாகச் சாந்தி அடைந்துவிடுமா?

முணுமுணுக்க ஆரம்பித்தாள். நான் என்ன செய்வேனாம்? கரிமுடிவான் இப்படி வந்துட்டான். பெட்டித் திறவுகோலை நானா வெளியே வச்சிட்டுப் போகச் சொன்னேன்? பணத்தைப் பெட்டியிலே வைத்துப் பூட்டிவிட்டு திறவுகோலை எங்கேயும் போட்டிட்டுப் போயிடறது. பிறகு இருக்கிறவங்க வாணாலை வாங்குகிறது...."

சாம்பசிவம் பிள்ளை அவசரம் அவசரமாக சட்டையை எடுத்து மாட்டினார். குளித்துவிட்டு வந்து இன்னும் தலைகூடச் சீவிவிடவில்லை. ஈர வேஷ்டி அப்படியே கொடியில் கிடந்து தண்ணீர் சொட்டிக்கொண்டிருந்தது.

வாய்க்காலில் இருந்து வந்ததும் வராததுமாகவேதான் அந்தச் செய்தி காதில் விழுந்துவிட்டதே!

அவரது மகன் அருணாசலம் எந்த ஊருக்கோ போகிறானாம். இருபத்தைந்து ரூபாய் வைத்திருக்கிறான். அவன் காரில் ஏறியதை அடுத்த வீட்டு அண்ணாச்சி ஆறுமுகம் பிள்ளையவர்கள் பார்த்தார்களாம். அதை குளித்துவிட்டு வரும் சாம்பசிவம் பிள்ளையிடம் கேட்டுவிட்டார்கள்; "ஏது ரூபா செழிப்புதானோ.... பய `காம்ப்' மேலே கிளம்பீட்டானே, இருபது இருபத்தஞ்சு ரூபாயோடே!" என்று அதைக் கேட்டதும் சாம்பசிவம்

பிள்ளைக்கு திடுக்கிட்டது. நேற்றுதான் அவர் சம்பளம் வாங்கி வந்து ரூபாய் இருபத்தைந்தையும் பெட்டியில் வைத்துப் பூட்டினார். அதை எடுத்துகொண்டுதான் பயல் 'டபாய்த்து' விட்டானோ?

அவர் மனம் வேகமாகத் துள்ள, விரைவாக வீட்டில் நுழைந்து அவசரமாகப் பெட்டியைத் திறந்து பார்த்தார். அங்கே பணம் இல்லை. அப்படியென்றால் அவருக்கு ஆத்திரம் பொங்கி வடியாதா?

சாம்பசிவம் பிள்ளை ஒரு கடையிலே வேலை பார்க்கிறவர். எவ்வளவுதான் உழைத்தாலும் மாதம் இருபத்தைந்து

ரூபாய்தான் கிடைக்கும். அவர் குடும்பமோ பெரிது. எவ்வளவுதான் இறுக்கமாகப் பிடித்துப் பிடித்துச் செலவழித்தாலும் அந்தப் பொல்லாத பொருளாதாரம் இடம் கொடுப்பதே இல்லை. அவர் பாடு திண்டாட்டந்தான்!

இந்தக் கொள்ளையிலே அவரது மூத்தமகன் அருணாசலம் `தகல்பாஜி'த்தனங்கள் எல்லாம் செய்ய ஆரம்பித்துவிட்டான். அவன் வளர்ந்து சமர்த்தாகி குடும்பத்தைப் பாதுகாப்பான் என்று கனவு கண்ட பிள்ளையவர்களின் சிந்தனைப் போக்கிலே இடிவிழும் படியாக இருந்தன அவன் செய்த காரியங்கள்.

அவன் பள்ளிக்கூடத்தில் படிப்பில் மண்டூகமாக இருந்ததற்கு மாறாக வீட்டிலே அவன் சரித்திரப் புத்தகத்தின் பக்கங்களைப் பின்னாலே புரட்டினால், பள்ளிக்கூடத்திற்கு ஒழித்து...

அம்மையை அடிக்கப் போனது... தம்பிமார்களின் புத்தகங்களை வீட்டுக்குத் தெரியாமல் விற்றது... வீட்டைவிட்டு ஓடிப்போனது... பிச்சை எடுத்தது... எங்கோ ஓர் இடத்தில் வேலைக்கமர்ந்தது... வீடு திரும்பல்... மீண்டும் ஓட்டம்... இப்படி சுவாரஸ்யமான சம்பவங்கள் சிதறிக் கிடக்கும். இப்பொழுதும் அத்தகைய திருவிளையாடல் ஒன்றைத்தான் புரிந்திருந்தான் அவன்.

சாம்பசிவம் பிள்ளை காரில் ஏறப்போகும் வேளையிலே "அண்ணாச்சி தூரமா?" என்று கேட்டுவைத்தார் அவருக்குத் தெரிந்த ஒருவர்.

அவரைத் திரும்பி நோக்கிய பிள்ளை, "நம்ம பய அருணாசலம் இருக்கான்லே- அவனை வாரியலாலே அடிக்க - வீட்டிலே இருந்த இருபத்தஞ்சு ரூபாயைத் தூக்கிக்கிட்டு எங்கேயோ கம்பி நீட்டிட்டான். பய எங்கே போவான்ங்கயே! இந்தப் பக்கம்தான் எங்காவது அவன் மாமா வீட்டுக்குப் போயிருப்பான்...." என்று புலம்பிவைத்தார்.

"அட, உங்க பய இவ்வளவுக்கு ஆளாயிட்டான்னு சொல்லுங்க! பார்த்தா எம்பிடுப்பய... இவன்..." என்று அனுதாபம் கூறினார் அவர் நண்பர். கார் புறப்பட்டுவிட்டது. அவசரமாக உள்ளே ஏறிய பிள்ளை "இங்கே எங்கேயாவது உங்க கண்ணிலே பட்டால் அவனைப் புடிச்சு வைச்சிடுங்க, கையிலே இருக்கிற ரூபாயையும் வாங்கிடுங்க.... நான் நாளைக்கு வந்திடுவேன்... அவ்வளவுமா செலவழிந்துபோகும்? என்னமாவது பத்துப் பதினஞ்சு கையிலே இருக்கும்...." என்று கூறி முடிப்பதற்குள் கார் ஓட ஆரம்பித்தது. "ஆகட்டும், ஆகட்டும்" என்று தலையை

ஆட்டியபடி நின்ற நண்பரும் தம் வேலையை கவனிக்கப் போனார். அன்று மாலை மணி நான்கிருக்கும். நண்பர் தெருவழியாக வரும்பொழுது ஒரு ஜவுளிக் கடையில் இருந்து வெளியேறிய அருணாசலம், அவர் பார்வையில் அகப்பட்டான். "ஏலே... ஏ, அருணாசலம்" என்று கர்ஜித்தார் அவர், அந்தக் கர்ஜனையைக் கேட்டுக் கதிகலங்கி நின்றுவிட்டான் பயல்.

"ஏலே. இவ்வளவுக்கு வந்திட்டியா? வீட்லே இருந்து இருபத்தஞ்சு ரூபாயை அமுக்கிட்டு ஓடியாந்திட்டியாமலே? உடம்புக்கு எப்படி வருது?" என்று அதட்டினார். அருணாசலம் பயந்துபோய்விட்டான். ஒன்றும் பதில் சொல்லாமல் மிரள மிரள விழித்தான். "என்னாலே முழிக்கே, ரெண்டு ஆட்டிலே ஒரு ஆடு முழிச்சாப்பலே... முட்டாமூதி! ரூபாயை என்னலே செஞ்சே?" என்று உறுமி அவர் அவன் காதைத் திருகியதற்கும் பதில் வரவில்லை. நண்பர் லேசில் விட்டுவிடும் ஆசாமியா! அவன் பையில் கை போட்டு அள்ளினார். சில்லறையாகவும், ரூபாய்களாகவும் நோட்டாகவும் பணம் வந்தது.

எண்ணிப் பார்த்தால் ரூபாய் ஐந்தரைதான் இருந்தது. மறுபடியும் அதட்டினார் அவர் "மீதியை எங்கேடா?"

என்று. அருணாசலம் கையில் வைத்திருந்த காகிதம் சுற்றிய கட்டு ஒன்றைச் சமர்ப்பித்தான். அதில் சட்டை, வேஷ்டி, அவனுக்கு வேண்டிய சில புஸ்தகங்கள் எல்லாம் இருந்தன.

"ஏலே அவ்வளவையுமா செலவழித்துப்போட்டே?!" என்று வியப்புடன் வினவவும், அருணாசலம் செலவுக் கணக்கை நீட்டினான். எல்லாவற்றையும் வாங்கி வைத்துகொண்டு "சரி சரி, நீ வீட்டுக்குப் போ. உங்க அப்பா உன்னைத் தேடிப் போயிருக்கா. நாளைக்குத்தான் திரும்புவா. உன்னைப் பார்த்தா இருக்கிற பணத்தை வாங்கி வைக்கச் சொல்லியிருக்கா. அதனாலே இவ்வளவையும் அவாள் வந்ததும் நானே கொடுத்திடுறேன்'' என்று சொல்லி அவனை அனுப்பிவிட்டார் அவர்.

மறுநாள் ஏமாற்றம் பிரதிபலிக்கும் முகத்துடன் திரும்பி வந்த சாம்பசிவம் பிள்ளையை நண்பர் சந்தித்ததும், "உங்க பய பரவால்லேங்கேன்! பணத்தை விரயம் செய்தாலும் உபயோகமான வழியிலேதான் விரயம் பண்ணியிருக்கான்" என்று வரவேற்றார். அவருக்கு விளங்கினால்தானே! ஒன்றும் புரியாமல் விழித்தார். நண்பர் விஷயத்தை எடுத்துச் சொல்லி, அருணாசலம் உடுத்திருந்த ஜவுளி தினுசுகளையும், பணத்தையும் அவரிடம் அளித்தார். அவருக்கு வயிறு பற்றியெரிவதுபோல் இருந்தது. பணத்தை மட்டும் பெற்றுக்கொண்டு ‘‘எழவை மூலையிலே போடுங்க. சேச்சே! இனி முடியாது சவத்தை வீட்டைவிட்டு ஓட்டிவிடப்போறேன். இந்தத் தடவை கண்டிப்புதான். எத்தனை நாள் சார் பொறுக்க முடியும்? அவனே வந்து உங்களிடம் இந்தச் சாமான்களை வாங்கிக்கொண்டு எங்கேயும் தொலையட்டும்" என்றார் அலுப்புடன்.

நண்பர் பரிவாக "ஐய்யய்யோ! சின்னப்பயல் என்னமோ தெரியாமல் செய்துபோட்டான். என்ன இருந்தாலும் அவன் நம்ம பயதானே" என்று பேசினார்.

ஆனாலும் சாம்பசிவம் பிள்ளையின் மனம் இரங்கவில்லை. "எப்படியும் நாசமாப்போகட்டும். வீட்டைவிட்டுத் துரத்தவேண்டியதுதான். வேறு வழியில்லை" என்று ஓங்கி அடித்தார் கண்டிப்பாக. அத்துடன் நண்பர் பேச்சைக் கேட்பதற்கு நில்லாமல் விர்ரென்று நடையைக்கட்டினார்.

வழியெல்லாம் கண்டிப்புமிக்க அவரது மனம் முணுமுணுத்துக்கொண்டே இருந்தது. 'இந்தச் சனியனோடே எத்தனை நாள் எழவெடுக்கிறது. ஒரே நாளில் இருபது ரூபா காலிபண்ணிவிட்டானே! இந்த மாதம் எப்படிக் கழியும்? சேச்சே. ஒரு தடவையா ரெண்டு தடவையா... இது எத்தனாவது முறை! அவள் அழுதாலும் அடிச்சாலும் இந்தத் தடவை முடியாது. பயலை வெளியே தள்ள வேண்டியதுதான்.... கண்டிப்புத்தான்!'

அதற்குத் தக்கபடி கால் செருப்பு பின்னணி பாட `விர்' `விர்'ரென்று நடந்து வீடடைந்தார் பிள்ளை. அங்கே ஒரே அமைதியாக இருந்தது. திண்ணையில் விளையாடிக்கொண்டிருந்த ஐந்து வயதுப் பயல் "அப்பா வந்துட்டா... அப்பா வந்துட்டா!" என்று கட்டியம் இயம்பிக்கொண்டே உள்ளே ஓடினான்.

அலமு மெதுவாக வந்து நின்றாள்.

தன் கண்டிப்பையெல்லாம் செயலிலேயே காட்டுகிறவர் போல 'டாக் டீக்'கென்று செருப்பைக் கழற்றி மூலையில் எறிந்துவிட்டு, சட்டையை விரைவாகக் கழற்றி ஸ்டாண்டிலே வீசினார். "அலமு... இந்தத் தடவை கண்டிப்புத்தான். அந்தப் பயல் இனிமேல் ஒரு க்ஷணம் இந்த வீட்டிலே இருக்கப்படாது. வெளியே அனுப்பிவிடு" என்று சீறினார்.

அவர் குணத்தை அறிந்த அலமு மௌனமாகவே நின்றாள்.பிள்ளை பொரிந்து தள்ளினார்: "ஆமா, நானும் பார்த்தாச்சு, எத்தனை அது உருப்படுற கழுதையா? கெட்டமூதி இனி அவன் வீட்டிலே இருக்கப்படாது; படாது என்றால் படாதுதான், கண்டிப்பாக." அவர் பேசி

முடியுமட்டும் வாய் திறவாமல் நின்ற அலமு பக்கத்து அறைய நோக்கினாள். இதுவரை அங்கே பதுங்கி இருந்த அருணாசலம் மெதுவாக வந்து தந்தையின் காலில் விழுந்தான். தரையில் கிடந்து வணங்கினான். கோபத்தில் முகத்தைத் திருப்பிக்கொண்டார் அவர்.

தாய் மகனுக்காக வேண்டினாள்: "இந்தத் தடவை போகட்டும், தெரியாமல் செய்துவிட்டான் மன்னித்திடுங்க." அருணாசலம், தந்தையின் பாதங்களில் கண்ணீர் வடித்தபடி நெடுஞ்சாண்கிடையாகக் கீழே கிடந்தான். அந்தக் கண்ணீரின் சூடு கண்டிப்பான தந்தையின் கல் மனதையும் கரைத்துவிட்டதா? அவர் மனம் போராட்டத்திலே தத்தளிக்கிறது என்பதை அவர் முகமே காட்டியது. என்ன இருந்தாலும் ரத்தபாசம் இல்லையா! பெற்ற மனம் இளக ஆரம்பித்தது.

தாயின் கனிந்த வேண்டுகோளும் அவர் செவியிலே பட்டது. அலமு கெஞ்சி நின்றாள்: “அவனை மன்னித்துவிடுங்கள், தெரியாமல்செய்துவிட்டான்" என்று.

இவற்றை எதிர்த்து நிற்க முடியாமல் கண்டிப்பு காற்றிலே பறந்தது. தணிந்த குரலில் “எழுந்திரடா முட்டாள்மூதி! இனியாவது புத்தியாப் பிழை... சரி, போ! போயி அவரிடம் இருக்கிற சட்டை வேஷ்டியை எல்லாம் வாங்கி வந்து தொலை!” என்றார். எழுந்து நின்ற அருணாசலம் கண்ணீரைத் துடைத்தவண்ணம் வெளியேறினான்.

8. பழகிய பால்

அவள் மனம்:

நினைக்கும்போதெல்லாம் எனக்கு அழுகை பொங்கி வருகிறது. அவர் மனம் இப்படி மாறுவானேன்? அது எனக்குப் புரியவில்லை.

முன்பெல்லாம் இப்படியா நடந்துகொண்டார்? "சரசு... சரசு" என்று எவ்வளவு பாந்தவ்யமாக இழையும் குரலில் அழைப்பார். இப்போது? "சீ தரித்திரம்... மூதேவி... பீடை" இவ்வார்த்தைகள்தான் உதிர்கின்றன.

நான் என்ன தவறு செய்துவிட்டேன்? என் உள்ளத்திலே பொங்கி வரும் அன்பு குறைந்ததா? இல்லையே பின்....?

காலம் எனது இளமையைத் துரத்திவிட்டது. ஐந்து வருஷங்கள்! இந்த வீட்டில் எவ்வளவு உழைப்பு... தாக்குதல்கள்! சுகம் உண்டா? ஊஹூம். அழுகையில்தான் சுகம் இருந்தது. அழுவதனால் இன்பம் உண்டாகிவிடாது. எனினும், குமுறும் மனதைச் சாந்திப்படுத்தும் சக்தி கண்ணீரில் மறைந்து கிடக்கிறது. அழுதேன். அழுகிறேன். நான்அழத்தான் பிறந்தேனோ?

வாழ்க்கை எனக்கு ஒரு பூங்காவாகத் தென்பட்டது. அதன் மலர்ச்சியும் மணமும் என்னைக் கவர்ந்தன.

உள்ளே புகுந்தபோது மறைந்து கிடந்த நெறிஞ்சி முட்கள் என் கால்களில் குத்தி ரத்தம் வரச் செய்தன.

கல்யாணமான புதிதில் எனக்கு வாழ்வின் சோகம் தெரியவில்லை. வசந்தத்தின் வருகையைக் கண்ட குயில்போல் திளைத்தேன். அதன் பின்னாலேயே இருள் கவிய மப்பும் மந்தாரமுமாய் மழைக்காலம் தொடரும் என என் இளம் உள்ளம் எண்ணவில்லை.

அந்தக் காலம்.......

அது கனவுதானோ! என்றுகூடத் தோன்றுகிறது.

குளுமை நிறைந்த பருவம்.

கணவனின் அளவற்ற அன்பு, வீட்டை விளங்கவைக்க வந்த ஒளி என்றதால் பிறரின் மதிப்பு எல்லாம் கொஞ்ச நாட்களுக்குத்தான். மற்றவர்கள் குறைகாணத் தொடங்கினார்கள்.

ஆயினும் அவர் அன்பு தணியவில்லை. ஆபீஸில் இருந்து வரும்பொழுதே "சரசு" என்ற இன்ப அழைப்பு; நான் கொண்டுவந்து தரும் காபியைக் குடிக்கும்பொழுதுதான் அவர் முகத்தில் எவ்வளவு மகிழ்வு துள்ளும்!

"சரசு, நீ போடும் காபிக்கே தனி ருசி, உன் பேச்சைப்போல அதுவும் மதுரமாகத்தான் இருக்கிறது!" என்று சிரித்துகொண்டே சொல்வார்.

அப்பொழுது "போங்கோ" என்றுதான் என்னால் சொல்ல முடியும். என் உள்ளத்திலே எவ்வளவு இன்பம் பெருக்கெடுத்தோடியது அவ்வேளைகளிலே!

தினசரி என் அலங்காரங்களைக் கண்டு சொக்கிய அவர் மனம் "அழகுக்கு அழகு செய்யும் இந்த `மேக்கப்' கலையை எங்கே கற்றாய், சரசு? உந்தன் மோடி கிறுக்குதடி என் உள்ளத்தை" என்று வர்ணனையக் கொட்டும். என் முகம் சிவக்காமல் என்ன செய்யும்?

மலர் வாங்கி வருவார். "கொடுங்கள்" என்று கேட்டால் "முடியாது" என மறைத்து ஏய்ப்புக்காட்டுவார். பிறகு தானே என் கூந்தலில் சூட்டிவிட்டு "கார்மேகத்தில் ஓர் அழகு இருக்கிறது. ஆயினும் மின்னல் நெளியும்பொழுதுதான் அது கவர்ச்சியாகத் தோன்றி கொள்ளைகொள்கிறது மனதை.

"கருங்கூந்தலுக்கு மலரின் உதவி தேவைதான், தனி வனப்புடன் திகழ" என்று கவிதை பேசுவார்.

ஆனால் இன்றோ? நேற்று குண்டு குண்டாக மல்லிகைப் பூச்சரம் வாசலில் கொண்டுவந்தான். மனம் பறிகொடுத்தேன். "பூ வாங்கட்டுமா?" என்றேன். அவர் பதில் இடியாக ஒலிக்கும் என நான் எதிர்பார்க்கவில்லை. அவர் வெடுக்கென்று சொல்லி என் ஆவலை நசுக்கிவிட்டாரே! "உன் மோறை இருக்கிற லக்ஷணத்துக்கு ஜடையும், பூவுந்தான் வேண்டும்....?"

“என் மோறை லக்ஷணம் நேற்றுத்தான் தெரிந்ததோ?"

இன்று என் கட்டு மீறிய அவாவைக் கொட்டினென். எனக்கு வெகு நாளாகவே ஆசை. "நல்ல படம், நல்ல படம்” என ஊரெல்லாம் முழங்குகிறது. அவர் ஒன்றுமே பேசவில்லை. முன்பு தானாகவே அளப்பாரே. “சரசு சினிமாவுக்குப் போவோம், வா" என்பார். "வேலை கிடக்கிறது, வரவில்லை" என்றாலும் விட்டால்தானே...! இன்று நானாகக் கேட்டும் எரிந்து விழுந்ததுதான் கண்ட பலன்!

"சினிமாப் பார்க்கணுமாம் சினிமா! சவம், நம்ம பிழைப்பே சினிமாதானே!"

இப்படி அவர் பேசுவானேன்? பிழைப்புக்கு என்ன வந்தது? அவர் உள்ளம்தான் சரியில்லை.

அவர் மனம் இப்படி மாறுவானேன்?

இதுதான் என் கவலை. ஒன்றும் புரியவில்லை. மன வண்டு வேறு மலரை நாடுகிறதோ, என்னவோ?...... ஆண்களின் மனமே அப்படித்தான்.

அதற்கு நான் என்ன செய்ய முடியும்? பெரு மூச்செறிவது தவிர?

அவன் உள்ளம்

இந்த மனமே காரணம். பாவம், அவள் என்ன செய்வாள்?

மனம் புது அழகையே நாடுகிறது. ஆனால் அவள் என்ன வாடாமல்லிகையா...? பார்க்கப்போனால், அழகு நிரந்தரமானதா? எழிலும் இன்மணமும் உள்ள மலரின் சோபை மங்கத்தான் செய்யும். அது இயற்கை நியதி. அந்த உண்மையை நான் ஏன் மறந்தேன்? காலம் அவள் மேனியில் சேஷ்டை செய்துவிட்டது. அது அவள் குற்றமில்லையே....

இப்பொழுதுதான் என் தவற்றை உணர்கிறேன். இன்று அவள் மனதை வீணாகப் புண்படுத்திவிட்டேன். அவள் என்ன செய்துவிட்டாள், நான் அப்படி எரிந்து விழ!

"சினிமாவிற்குப் போகலாம்" என்று சொன்னாள். அது குற்றமா? நாள் முழுவதும் உழைப்பிலே சுழன்ற அவள் உள்ளத்துக்கும், உடலுக்கும் ஒரு சிறு ஓய்வு - உற்சாகம் - வேண்டினாள், அது இயல்பு. ஆனால் நான் பெரும் பாதகம் விளைவித்துவிட்டேனே.... அவள் முகம் எப்படி வாடியது! முகம் மட்டுமா? உள்ளமே சோம்பிக் குவிந்துவிட்டதே, அழமாட்டாத குறையாக உள்ளே போய்விட்டாள். அதிலிருந்து என் இதயம் அரிக்கிறது... முன்பு நானாகவே அவளை வலிய அழைத்துச் செல்வேன். அது அந்தக் காலம். பெண்மையை அறியத் துடித்த இளம் உள்ளத்திற்கு அவள் வருகை பருவ மழை போலிருந்தது. மனைவி என்றால் ஒரு புதுமை. அவளைத் திருப்தி செய்ய வேண்டும். இதுவே என ஆவல். மனம் சதா அவள் நினைவிலேயே லயித்துக் கிடந்தது. புது மலரைச் சுற்றி ஆடும் தேனீ போல.

அவள் வாய் திறந்து ஏதேனும் கேட்டுவிட்டால், அது பிரிய தேவதையின் வாக்காக ஒலித்தது. அப்படிக் கேட்க மாட்டாளா என்பதுதானே என் ஆசை! அந்த மோகம் சில மாதங்களில் மறைந்துவிட்டது. அவள் `புதுமை' என்பது போய் பழகிய ஜந்துவாகிவிட்டாளே. அதனால் அவளிடம் குறை காணத்

தொடங்கியது மனம் போகப் போக அலுப்படையவும் ஆரம்பித்தது. அவளது உள்ளம் மாறவில்லை.

வெளித்தோற்றம் மாறியது. அது அவள் குற்றம் இல்லை. இந்த உண்மை எனக்குக் கசப்பாகத்தான் இருந்தது. அவளது அழகு மங்கினாலும், அன்பு மறையவில்லை. அதே முகமலர்ச்சி, அதே உபசரிப்பு, அதே திருப்தி. ஆனால், என் உள்ள நிறைவிலே கள்ளம் புகுந்துவிட்டதே! அதனால்தான் அவள் குறைகளே பிரமாதமாகப்பட்டன.

முன்பு அவள் அழகுக்கு அழகு செய்து காணத் துடித்தேன். அவள் மலர் சூடுவதும், பின்னிக்கொள்வதும் கலாரசனையாகத் தொனித்தன. வர வர?

மங்கிவரும் அழகை மறைக்க உபயோகிக்கும் வெளிப்பூச்சு என்ற எண்ணம் பிறந்தது. அவள் அழகு செய்யும் பொழுது குறைந்த சோபையை மழுப்பி' என்னை ஏமாற்றவே அவள் மலரும் வண்ணப் பட்டும், பிறவும் நாடுகிறாள் என உள்ளம் முணுமுணுக்கிறது. அவள் ஏன் என்னை ஏமாற்றப்போகிறாள்? எனக்கு திருப்தி அளிக்க வேண்டும் - என் உளம் மகிழ வேண்டும் - என்பதுதானே அவள் வாழ்க்கை லட்சியம்? இதை நான் மறந்தேன். அது என் தவறு. இதற்குக் காரணம்?

மனித மனம் அன்றாடச் சுழல்களில் சிக்கி அலுத்த பின் புதுமைக்காக ஏங்குகிறது. உடன் ஒட்டிய எல்லாவற்றிலும் வெறுப்பு பிறப்பது இயல்பு. பழகப் பழகப் பாலும் புளித்துவிடுகிறது!

ஆம். அதேதான்.

அம்மனப்பண்பை மாற்ற முடியாதா? ச

லனமும் சாந்தியும்

"சரசு"

“சரசு, ஏனென்று கேட்கமாட்டாயா?”

"ஊம்?"

"சினிமாவுக்குப் போகலாம் வா."

"சினிமாவும் வேண்டாம் ஒன்றும் வேண்டாம். எனக்கு அதுதான் குறைச்சல்!" "கோபமா? என் பாடத்தைத் திருப்பிப் படிக்கிறயாக்கும்?"

"பின்? நானாகக் கேட்டால் குற்றம். நீங்கள் சொன்னால் நான் தலைவணங்க வேண்டும்! இந்த வீட்டில் நான் ஓர் அடிமை. இஷ்டப்படி இயங்கவைக்கும் மெஷின். அதுதானே உங்கள் எண்ணம்?"

“சரசு, இதுவரை நான் தவறு செய்துவிட்டேன்.” “இனி என்னவோ?" "முன்போல..." "ஹூம்! அந்தக் காலம் வரவாபோகிறது? பழகிப் பழகி நான் புளித்துப்போனேன். பாலானாலும் அதிகமாகப் பழகிவிட்டால்....."

"இருக்கலாம்! அப்படி நினைத்தது என் தவறு என்றுதான் சொல்கிறேன். நான் உண்மையை மறந்தேன். இல்லை. உணரவே இல்லை. மல்லிகை வாடாமலே இருக்குமா? வாடாமல் இருந்தால் அதற்கு சிறப்பு ஏது? வாடாமல்லிகையில் வர்ணக் கவர்ச்சி இருந்தாலும் மணம் கிடையாதே... சரசு, நீ மல்லிகை, உன் அழகு குறைந்தாலும் மணம் குன்றவில்லை. உன் அன்பின் ஆழத்தை இதுவரை நான் அசட்டை செய்து வந்தேன். சரசு, அதை மறந்துவிடேன். நான் வேண்டிக்கொள்கிறேன்.” “மறக்காமல் என்ன சண்டையா பிடிக்கப்போகிறேன். பழகிய பால் என்று....."

"பாலைக் குறை கூற முடியாது. மனித மனதில்தான் கோளாறு. அதைச் சரியாக்கிவிட்டால் பால் தினமும் ருசிக்கத்தான் செய்யும்.

போதது என்றால், மனநிறைவு என்ற சர்க்கரை சேர்த்தால் இனித்துவிட்டுப்போகிறது. என்ன சொல்லுகிறாய் சரசு?"

"நான் என்ன சொல்கிறது... உங்கள் இஷ்டம்."

9. வாணியின் புதிர்

"பிரியே!"

பிரம்ம தேவனின் அழைப்பு காதில் விழுந்தும் கேளாதவள்போலவே இருந்தாள் வாணி. வெண்தாமரை மலர் வண்ணம் சித்தரித்த மென் படுக்கையிலே கவலையுடன் சாய்ந்திருந்தாள் கலாவல்லி,

சோர்ந்துபோய் மலரைச் சரணடைந்த அழகு அன்னம்போல.

"வாணி, நீ இன்னும் அந்த நினைவை அகற்றவில்லையா? வாணிதாசன்...

"பாவம்!"

சிருஷ்டிகர்த்தா குறும்புத்தனமாகச் சிரித்ததை சரஸ்வதி கவனியாமலில்லை. உண்மையில் அவள் மனம் தனது தோல்வியை எண்ணித்தான் தவித்துக்கொண்டிருந்தது. தேவனின் குத்தல் மொழிகள் இதயக் குமுறலை அதிகரித்தது.

"இந்த ஆண்களே இப்படித்தான்! மென்மை இதயத்தின் தன்மையை உணரத் தெரியாதவர்கள்... ஹூங் ஆண்மையாம்! கல்லுக்கும் வலிமை இருக்கத்தான் செய்கிறது. மெல்லியலாரின் மனம் நோவச் செய்வதில்...."

பிதா குறுநகை புரிந்தார், தேவியின் ஆத்திரத்தைக் கிளறிவிடுவதில் ஆனந்தம் கண்டவர்போல.

"அன்பே, நீ சொல்வது சரியாக இருக்கலாம். ஞானத்தின் அரசி தெரியாமலே பேசுவாள்! ஆனால்..."

"ஆனால் என்னவாம்?"

“தன் இனத்தின் உண்மைச் சொரூபத்தை தேவி மறந்துவிடுவது...”

"எங்கள் குலத்திற்கு என்ன குறை? என் கருணை பெற்ற அன்புச்செல்விகள் வாழ்வை வளம் செய்ய வந்தவர். ஞான ஒளியேற்றும் அன்புச் சுடர்கள்....."

‘ஆகாகா... தெரியுதே!" என்று எக்காளமாக மொழிந்து நகர்ந்தார் பிரம்மா. வாணி கோபமாகத் தலையைத் தொங்கப்போட்டாள்.

அவள் பார்வையில் இந்தக் காட்சிதானா படர வேண்டும்!

கிருஷ்ணபக்ஷப் பிரதமைச் சந்திரனது அமுதக் கிரணங்களை அள்ளி விழுங்கிக்கொண்டிருந்தான் ராமநாதன். மொட்டைமாடியில் நிலவொளியில் ஈஸி சேரில் சாய்ந்திருந்த அவன் விழிகள் யார் வரவையோ நாடுவதுபோல் துடித்தன.

அவன் ஆசையுடன் வாங்கி வந்த மல்லிகைப்பூ, கட்டு அவிழ்க்கப்படாமல் இலைக்குள் பொதிந்து கிடந்தது.

கடியாரம் மணி எட்டு என்று அடித்துக் கூறியது. "இன்னுமா வரவில்லை!’’ என்று முனங்கிவிட்டு கவனித்தான். யார் காலடி ஓசையும் கேட்கவில்லை. கடியாரத்தின் `டிக்டக்-தான் ஒலித்துக்கொண்டிருந்தது, ஒழுங்காக முன்னேறும் காலதேவனின் அடியோசைபோல.

"நான்சென்ஸ்! தினம் இதே எழவுதானோ! வீட்டிலே ஒருத்தன் இருக்கானே, ஆபீஸில் பகல் பூரா உழைத்து மனச்சோர்வுடன் வீட்டுக்கு வந்தால், என்ன வேணும், ஏது என்று கவனிக்கணுமே என்கிற கவலை கிடையாது. ஆபீஸில் இருந்து நான் வருவதன் முன்னே, அம்மா கிளப்புக்குப் போயிடுவாள்! அப்புறம் ஃப்ரெண்ட்ஸாம், பார்ட்டியாம், சினிமாவாம்! நல்ல லூட்டி அடிக்கிறாளுக இந்தப் பெண்கள்.

நாம் உழைத்துச் சாகவேண்டியிருக்கு.

எல்லாம் எதுக்கு? பெண்டாட்டி பிள்ளைகளைக் காப்பாற்ற. நமக்கு அதற்குரிய அன்பு உபசரணைகூடக் கிடைப்பதில்லை....

அவன் சிந்தனையை அறுத்தது, வாசலில் வந்த காரில் அழுத்திய பிரேக். இப்ப யார் வருகிறது காரில் என்று பார்க்கக் கிளம்பினான் ராமநாதன். கார் அருகில் வெடித்துக் காற்றில் கலந்த சிரிப்பொலி ராஜத்தை அறிமுகம் செய்தது. "சரி, போய்வரீங்களா? குட்நைட்..." என்று உற்சாகமாக வார்த்தை சிரிப்புடன் உதிர்த்து நின்றாள் ராஜம்.

"ஞாபகமிருக்கட்டும், மிஸஸ் ராஜம்.... வரட்டுமா? குட்நைட்...." என்றது முரட்டுக்குரல். காருக்குள்ளிருந்து வந்த அதை அமுக்கி அலறியது கிளம்பிய மோட்டரின் அலறல். கார் சென்றதும் ராஜம் குதித்துக்கொண்டு உள்ளே நுழைந்தாள்.

மாடியிலிருந்து தரிசித்த ராமநாதனுக்கு உள்ளம் கொதித்தது.

"படிப்பும்! நாகரிகமும்... தூ" எனக் குமுறினான். குறுக்கும் நெடுக்குமாக அலைந்த அவன் மனமும் ஊசலாடியது.

“பாரேன், இன்னும் வரவில்லை! நான் இருக்கிறேனா ஒழிந்தேனா என்றே எண்ணவில்லை.... ஊம், அவள் ஏன் நினைக்கிறாள்” - எதை எதையெல்லாமோ ஞாபகத்தில் நிறுத்த....

கைவளைகள் கலகல என்று கட்டியம் கூற, நெளிந்து குதித்து நாகரிக நடனம் பயில்வதுபோல ஒரு நடை நடந்து வந்தாள் ராஜம்! “ஹலோ! இவ்வளவு நேரமா இங்கேதான் இருக்கீங்களா! படுத்துவிட்டீர்களாக்கும் என்று நினைத்தேன்.”

அவள் பேச்சு அவன் மனதை அறுத்தது. மௌனமாக நீண்ட மூச்சொன்றை வெளியே தள்ளினான்.

அவள் பார்வை கீழே கிடந்த பொட்டணத்தின்மேல் சென்றது. "அது என்ன பூவா? கனகாம்பரந்தானே?" என்று ஆவலாகக் கேட்டாள். "இல்லை, மல்லிகை."

"ப்ச்சு! ஏன், கனகாம்பரம் கிடைக்கல்லே?"

"மல்லிகைப் பூவுக்கு என்ன?" என்று கேட்டான் அவன்.

"சவம், மண்டையிடி தரும் அந்த வாசனை... ஆமா, நீங்க சாப்பிட்டாச்சா?" என்று கேட்டாள்.

"எல்லாம் ஆச்சு. உனக்கு ஏன் இவ்வளவு நேரம்?"

"நேரமா! இவ்வளவு சீக்கிரம் வரதுக்கே ரொம்பக் கஷ்டமாகிவிட்டது. மிஸஸ் சாஸ்திரி, லேடி சீனிவாசன்... இப்படி பல பேரும் `இருடீயம்மா, என்ன பறக்கிறே?' என்று சொல்லி கிண்டல் செய்யும்போது எப்படி வர முடியும்?... இன்று ஒரு பார்டி...." "தொலைகிறது. அது யார் காரு?" என்று அடக்க முடியாத ஆவலைச் சிந்திவிட்டான். "மியூஸிக் சொஸைடியின் செக்ரடரி பிளஷர். அவர்தான் என்னை அழைத்து வந்து இங்கு விட்டுச் சென்றார். அவரை உங்களுக்குத் தெரியாது - மிஸ்டர் சோமாஸ் என்றால்...."

'அவள் சுபாவமாகப் பேசுவதுகூட ராமநாதன் உள்ளத்தில் அரிப்புக் கொடுத்தது இதெல்லாம் என்ன கூத்து... பெண்ணாய் லக்ஷணமாய் இரேன்' என்று சொல்ல இதயம் துடித்தது. ஆனால் துணிவில்லையோ என்னவோ, நினைப்பு சொற்களாக மாறாமல் மன ஆழத்திலேயே மக்கி மடிந்தன.

அவன் பார்வை அவள்மீது வட்டமிட்டது. நவயுக மோஸ்தரில் கவர்ச்சிகரமாகத்தான் விளங்கினாள்.

நிலவொளி அழகற்ற இடத்திலும் அற்புதம் செய்யக்கூடியதாயிற்றே! அழகின் திவலைகள் படர்ந்த அவள் உருவம் அதிக எழிலுடன் விளங்காமல்போகுமா? அவன் உள்ளம் கிளர்ச்சியுற்றது.

"ராஜம்!" என்று அன்பைச் சொல்லில் குழைத்து உகுத்தான். "ஊங்" என்ற சாரமற்ற பதில். அவன் ஆர்வமாக "ராஜம்! உனக்காக எவ்வளவு நேரம் காத்துகொண்டிருக்கிறேன்...”

“ஊம்... இந்தப் பனியிலும் குளிரிலும் மொட்டைமாடியில் உட்கார்ந்துகொண்டு! நான் வராமல் எங்கே போய்விடுவேன்... படுத்துத் தூங்குவதுதானே!" அவன் எதிர்பார்த்தது இந்தப் பதிலைத்தானா! அவன் மனம் அடிபட்டு விழுந்துவிடவில்லை. பூவை எடுத்துக்கொண்டு அவளை

நெருங்கினான். “இந்தா ராஜம், நல்ல குண்டு மல்லிகை. மணம் கமகமக்கிறது. தலையில் சூட்டட்டுமா?" அவள் எரிந்து விழுந்தாள், “என்ன இது! சும்மா போங்களேன்" என்றாள். "சரி, நீங்க படுத்துக்கொள்ளுங்கள்..."

"நீ?"

"நாளை ஒரு மீட்டிங். சென்ற வார மினிட்ஸ் எழுதலே. எழுதணும் வேறு சில லெட்டர்கள்....."

"இதுதானே! நாளை எழுதினால் போகிறது....... ராஜம்....."

“இதென்ன இன்று!" அவனைப் புரிந்துகொள்ள முயலாதவள் போல நடித்தாள்.

“சரிசரி, போதும்! நான் போறேன்"

என்று சடக்கென விலகி, வேகமாகக் கீழே இறங்கினாள் ராஜம். ‘கல்கலகல’ என அலறிய வளையொலிதான் ராமநாதன் செவிமடுத்த பதில்! அவன் நாற்காலியில் சாய்ந்தான்.

“ஜடம்! பழிகாரி... கள்ளி" என்று அர்ச்சனை செய்துகொண்டிருந்தது மனம்.

ராஜம் துள்ளி ஓடி தன் அறையை அடைந்ததும் "நல்லவேளை! ஞாபகம் வந்தது. நாளை கர்ப்பத்தடை பற்றி நான் லெக்சர் செய்ய வேண்டியிருக்குதே. நோட்ஸ் எடுக்கணும்... செச்சே,

எவ்வளவு வேலை இருக்குடீயம்மா!" என்று காரியத்தில் ஈடுபட்டாள். அதே வேளையில் 'நாகரிகமாம் கல்வியாம்.... தூ! நல்ல கலாசாரம். நாசமாப்போக' என்று ஓர் ஆத்மா வாழிபாடுவது அவளுக்கு என்ன தெரியும்!

"தெரிந்துகொண்டாயா ப்ரியே?"

என்று வினவினார் சிருஷ்டி தேவர். "போதுமே உங்கள் பிரலாபம்! நீங்களும் உங்கள் சிருஷ்டிகளும்!" எனச் சீறினாள் வாணி. என்றாலும் அவள் மனம் குறுகுறுத்தது. "உண்மையிலேயே என் சக்தி விபரீதமான பலந்தான் கொடுக்கிறதா? எனது அன்பு என் குலத்தில்கூடவா கல் மனதை வளர்த்துவிடுகிறது?"

அவள் புதிரை யார் விடுவிக்கப்போகிறார்கள்?

10. எதன் பிசகு?

“எனக்கு சரியென்று தோன்றவில்லை."

"எது?"

“இந்த ஆசிரியர் எழுதியிருப்பதுதான்."

மீண்டும் ராமுவின் பார்வை படிப்பில் ஓடியது. சந்திரனுக்கு நண்பனின் பேச்சு புதிராக இருந்தது. "என்னடா சொல்கிறாய்? சொல்வதைப் பூராவும் சொல்லி அழேன்."

"விஷயம் இதுதான். பையன்கள் பெண்களைப் பார்ப்பது பருவத்தின் பிசகாம்...."

"பெண்கள் பையன்களைப் பார்ப்பது?"

"அது எதன் பிசகோ, தெரியவில்லை.''

"அது கிடக்கு. இதுலே என்னடாப்பா தவறு கண்டுவிட்டாய்?"

"டே, நீயே சொல்லு. பையன்கள் மட்டும்தானா பெண்களைப் பார்க்கிறார்கள்? நடுத்தெருவிலே நாகரீக அலை வீசிச் செல்லும் மங்கையர் மீது எத்தனை ஜோடிக் கண்கள் பாய்கின்றன?

கோயில்களிலே, ஆற்றங்கரைகளில் பகட்டாகத் திரியும் பட்டுப்பூச்சிகளை வைத்த கண் வாங்காது பார்ப்பது இளைஞர்களேதான் என்று சொல்ல முடியுமா? உண்மையில் இது பருவத்தின் பிசகே அல்ல."

பேச்சில் சூடேற்ற “ஊம்.... அப்புறம்?" என்று முனங்கினான் சந்திரன்.

"காளைப் பருவத்தினன் ஒரு யுவதியைப் பார்ப்பது பருவத்தின் பிசகாக இருக்கலாம். முப்பது வயது மங்கை பதினெட்டு வயதுப் பையனைப் பார்க்கிறாளே - சாதாரணமான பார்வை இல்லை.... வாழ்க்கையை ருசித்து வயது ஏறியவன்கூட கண்களில் விஷ ஒளியுடன் பெண்ணை- யுவதியை- நோக்குகிறான். இவற்றை எப்படி வியாக்யானம் செய்வது?"

"அதெல்லாம் எனக்குத் தெரியாது. நீயே ஆராய்ந்து சொல்லு. உன் தத்துவப் பிரசங்கத்தைக் கேட்க நான் இருக்கிறேன்!"

"ப்சூ, என்னடா பிரசங்கம்" என்று அலுத்துக்கொண்ட ராமுவை மீண்டும் பேச்சில் திருப்ப சிறிது முயற்சி தேவையாகத்தான் இருந்தது.

அவனுக்கே லயிப்பு ஏற்பட்ட பிறகு சரியாகிவிட்டது. அப்புறம் திருகிய ரேடியோதானே. அவன் சொன்னான்.

"இந்தக் காலத்திலே எல்லாம் நியதியற்றுப்போச்சு. யுவனும், யுவதியும் கண்ணோடு கண்கள் கவ்வவிடுவது இயற்கை என்னலாம்.

வாழ்க்கையில் இதுமட்டுமில்லையே.

தெளிவாகச் சொன்னால், ஆண்கள் பெண்களையும், பெண்கள் ஆண்களையும் பார்க்கிறார்கள். அதிலே அவர்களுக்கு ஏதோ தனி.... இப்படி அழகைக் காண்பது குற்றமா? இது ரசனை. மனதிலே குறுகுறுப்பு இல்லாமல் கண்களில் விஷத்துளி இல்லாமல், ஒருவன் - பையனோ, பெரியவனோ ஒரு பெண்ணைப் பார்ப்பது பிசகா? அது முதல் பார்வையாக இருக்கட்டும் அல்லது முப்பதாவது முறையாகவே இருக்கட்டுமே. மலரை. வெள்ளி மலர்ந்த வானை, நீர்நிலையை உஷைச் சிவப்பைக் காணும் அதே கண், பெண் அழகை பலமுறை காண ஓடினால் குற்றமா? ஆனால் பார்ப்பவனை அறியாமலே விஷ நினைவு படர்ந்துவிடுகிறது. முதல் நோக்கிலேயே நஞ்சுதோய் நெஞ்சத்தின் ஒளி

சிந்துபவர்களும் எவ்வளவோ பேர் உண்டு. நான் சொல்கிறேன் - இது பருவத்தின் பிசகல்ல. உணர்ச்சியின் பிசகு என்று சொல்வதுகூடப் பொருந்துமா என்பது சந்தேகம்..."

ராமு பிரச்சனைகளை அலசும் வேளையிலேயே சந்திரன் பார்வை எங்கும் சுற்றி பின் விழிக்கோணத்தில் மீண்டு தேங்கியது. சட்டென அவன் நோக்கு வண்டியின் ஒரு மூலைக்குப் பாய்ந்தது. முதல் முறையே அத்திசையில் தன் விழிகள் லயிக்காத காரணம் என்ன என்ற ஏக்கம் பிறந்தது அவன் மன ஆழத்திலே... காரணம்?

கண்களுக்கு விருந்துதான். ஓர் அழகி ஒயிலாக அமர்ந்திருந்தாள். முப்பதுக்குள் வயதிருக்கும். ஆயினும் அவள் மேனியில் மெருகு அழியவில்லை. அவளது தோற்றமே அவள் `சேர நன்னாட்டிளம் பெண்' என அறிமுகம் செய்தது. அந்த வட்டாரத்தினருக்கு தேகத்தில் ஒரு பளபளப்பு மின்னுகிறதல்லவா! காலப் பாதையில் போதிய தூரம் கடந்தபோதிலும் அவள் அழகும், காந்தியும் கலையவில்லை.

சந்திரன் அவளைக் கவனித்தான்.

அவன் மட்டும் என்ன? அவளைப் பார்ப்பவர்கள் யாருமே திரும்பவும் காணத்தான் விரும்புவார்கள்.

அவள் அழகி. அழகிகளில் ஓர் அழகி அல்ல. தனி வனப்பு கிளுகிளுக்கும் 'கவிதை ஊற்று' அவள். அவளிடம் அழகு எங்கே கவிதையாகப் பரிணமித்தது என்று சொல்ல முடியாது. அலரும் நிலையிலுள்ள மாதுளை மொக்கு உதடுகளிலா? ரோஜாவின் காம்பீர்ய எழிலுடன் போட்டியிடும் கன்னங்களிலா?

கருங்குழலின் ஒரு நெளிவு முன் விழுந்து அழகூட்டும் நுதலிலா? நக்ஷத்திர ஒளி வெட்டும் கண்களிலா?

அவனால் பிரித்துப் பேச முடியவில்லை. `அவளே கவிதை' என அவன் மனம் பேசியது.

ரயிலின் இருண்ட விளக்கின் மங்கல் வெளிச்சத்திலேகூட பச்சைப் புடவை போர்த்த அச்சுந்தரி அவ்விடத்திற்கே, எழில் ராணியாக, தனி அழகு கொடுத்து விளங்கினாள்.

அவன் விழிகள் அடிக்கடி அவள் மீது சாடின, விளக்கின் கவர்ச்சியால் இழுப்புண்ட விட்டில் பூச்சிகள்போல.

அத்தகைய சந்தர்ப்பம் ஒன்றிலேதான் அவன் அதை உணர முடிந்தது. அவளும் தன் விழிகளை நடனம் ஆட விட்டுக்கொண்டிருந்தாள், சில சமயங்களில் பார்வை மோதத்தானே வேண்டும்!

ரயில் ஓடிக்கொண்டே இருந்தது, எதையும் சட்டைசெய்யாத கருமமே கண் ஆயினார்' போல. அவர்கள் இருந்த வண்டியில் உள்ள சிலர் நித்திரா தேவியின் அருளால் `சாமி ஆடி'க்கொண்டிருந்தனர். பலர் வம்பளந்து மகிழ்ந்தார்கள். ‘‘சே, என்ன கூட்டம்டா அப்பா. எழவு ஜங்ஷன் எப்போ வந்து தொலையுமோ’’ என்ற குமுறல் சிலரை உம்மனா மூஞ்சிகளாக்கிவிட்டது. ராமு சுவாரஸ்யமாகப் படிப்பதில் ஈடுபட்டிருந்தான். சந்திரனுக்கு இனிய பொழுதுபோக்கு. தன்னை யாரும் கவனிக்கவில்லையே என்று ஆராய்ந்து, பின் விழிகளை அம்மூலைக்கு விட்டெறிந்து மகிழ்ந்தான். அவளும் அப்படித்தான். அவள் முகத்திலே தூக்கம் தன் தளையைத் தூவியது. அவள் அருகில் இருந்தவன் கணவனாக இருக்கும் - "இப்படிப் படுத்துக்கொள்ளேன்" என்றான் அன்பாக. அவளோ சந்திரன் பக்கம் பார்வையை ஏவிவிட்டு, தலை அசைத்தாள் `வேண்டாம்' என்ற பாவனையில், ஆனால் நித்திரையின் ஆதிக்கம் வலுத்தது. சாய்ந்திருந்தவள் கிரக்கத்திலே தள்ளாடி விழுந்தாள்; விழித்துக்கொண்டாள்.

‘‘நான் சொன்னேனே கேட்டால்தானே... சும்மா இப்படி தலையைச் சாய்த்துக்கொள்" என்றான் கணவன், பாசம் இழையும் குரலில். அவளும் மறுதளிக்க முடியாமல் அவன் மடியில் தலை வைத்துப் படுத்துக்கொண்டாள். சந்திரனின் உள்ளம் தவித்தது, அமுத நிலவை மேகம் மூடியது கண்ட

சகோர பட்சியின் இதயம்போல. என்ன செய்வது? ராமுவின் பக்கம் திரும்பினான். அவனோ காகிதத்தில் சாரத்தைக் காண முயன்றான்.

“என்ன ஜன்மம். கவிதை ஊற்று கண் முன்னால் இருக்கும்பொழுது, வறண்ட தாளிலே கவிதையை ரசிக்கிறானாம்!" இவ்விதம் சந்திரன் மனம் முணமுணத்தது. அவனுக்கு இருப்புக்கொள்ளவில்லை.

அவளுக்கும் அப்படித்தானோ என்னவோ, துயில் கொள்ளாமல் நிமிர்ந்து உட்கார்ந்தாள். அவள் நெற்றியில் கவிந்த கூந்தல் சுருளை வளையணிந்த கரம் முன்வந்து ஒதுக்கியது. விழிக்கடையில் ஒரு பார்வை.... மனதில் கவிந்த இருள் கற்றை விலகிய இன்பத்தால் நோக்கிய அவனது கண்கள் அவள் நோக்கைத் தழுவின. இருவர் வதனங்களிலும் மகிழ்வின் ரேகை நெளிந்தது.

இந்த நாடகத்துக்குத் திரைவிடுவதுபோல ஜங்ஷன் வந்து சேர்ந்தது. இறங்க வேண்டியதுதான். மனதிலே பெரும் பாரம் சூழ அவர்கள் பார்வை பரிமாறிக்கொண்டனர். திரும்பி “என்னடா ராமு, உன் படிப்பு முடிஞ்சதா? இறங்க மனம் வரலையோ இன்னும்” என்றான் சந்திரன். “எனக்கு மனமில்லாமல் என்ன! உனக்கு வருமா என்பதுதான்

சந்தேகம்” என்ற ஏகத்தாளமான பதிலை அவன் எதிர்பார்க்கவில்லை. இருந்தாலும் “என்னடா உளர்றே?" என்று கேட்டுவைத்தான். அவனை முன்னால் தள்ளியபடியே "தெரியும்டா உன் நாடகம்... போ” என நகர்ந்தான் ராமு. முன் வந்த சந்திரனைப் பார்த்தபடியே "இங்கு வண்டி மாற்றணுமோ?" என்று கேட்டாள் அந்த அழகி. அவனுக்குப் பொங்கிய மகிழ்வை அப்பப்பா..... "ஆமா" எனத் தலையை அசைத்தான். கீழே இறங்கியதும் ராமு கேட்டான்.

“இப்போ என்னடா சொல்றே?”

"என்ன?"

"மழுப்பாதே! நீ பார்த்ததுதான் பருவத்தின் பிசகு, அவள் உன்மீது மின்னலெனக் கண் வீசி புன்னகை புரிந்து வந்தாளே, அது எதன் பிசகாம்? நானும் கவனித்தேன்டா!" இதற்கு சந்திரன் என்ன சொல்வான்,

அசட்டுச் சிரிப்பு சிரிப்பதைத் தவிர!

11. தெருக்கூத்து.

"டம் டம் டம்!"

ஊரின் ஒரு கோடியிலிருந்து அந்த ஓசை எங்கும் பரவியது. சிறிது நேரத்திலேயே அவனைச் சுற்றி ஒரு கூட்டம் கூடிவிட்டது. அவன் இன்னும் தன் கையில் உள்ள கொட்டை ஓசைப்படுத்திக்கொண்டிருந்தான் `டம் டம டம்' என்று. தரித்திர தேவதையின் அவதாரம் போன்ற தோற்றம். கிழிந்து தாறுமாறாக தையல் ஓடும் வேஷ்டி சிக்குப் பிடித்த தலைமயிறை மறைக்க ஒரு முண்டாசு. உடை எப்படியும் போகட்டும். அந்த முகம்!

காலத்தில் அடிபட்டு உணர்ந்த அனுபவ ரேகைகள் படர்ந்த முகம். ஒளியிழந்த கண்கள், ஏங்கி ஏங்கித் துள்ளும் இரு வண்டுகளைப்போல் ஆழ்ந்த குழிகளில் அப்படியும் இப்படியும் அலை புரள்கின்றன. அவனது அகத்தின் பிரதிபலிப்பே அந்த வாட்டமற்ற முகம்.

அவனைச் சுற்றிலும் ஜனங்கள் கூடிவிட்டனர். அவனது கையோ கொட்டை முழக்குகிறது, 'டம் டம டம்' என்று. அந்த நாதந்தான் அவனது வயிற்றுத் துடிப்பின் எதிரொலியோ?

அவன் ஒரு கூத்தாடி. கழை மேல் வித்தைகளும் பல ஜாலங்களும் செய்துகாட்டும் பேர்வழி. அவன் கலா ஆர்வங்கொண்டு இந்தத் தொழிலை ஏற்கவில்லை. அவனுக்கும் வயிறு ஒன்று இருக்கிறதே!

தினந்தோறும் உண்டு களித்துப் போக வாழ்வு வாழும் சீமான் சொல்லலாம், "வாழ்க்கை வாழ்வதற்கே!" என்று.

ஆனால் அவனுக்குத் தெரியும் வாழ்வில் வாழ்வது என்றால் என்ன என்பது. அதற்குப் பதில், அவனது அடிவயிற்றிலிருந்து

கிளம்பும். அதை ஆமோதிப்பதுபோல் மிரள நோக்கும் ஏக்கத்தால் நிரம்பிய கண்கள்.

முடிவாக மேளத்தை முழக்கிவிட்டு எழுந்து நின்றான் அவன். கூட்டத்தை ஒரு முறை நோக்கினான்.

அவனையறியாமலே ஒரு நீண்ட மூச்சு கிளம்பியது. அவன் அங்கு என்ன உணர்ந்தானோ? இது அவனது முதல் அனுபவம் இல்லையே!

"ஏலே!'' என்று உரக்கக் கத்தினான் கூத்தாடி. "என்னலே பன ஓலே?" என்று துடுக்காக மொழிந்தவண்ணம் முன் வந்து குதித்தான் ஒரு சின்னப் பயல். அவந்தான் கூத்தாடியின் சிஷ்யன்; துணைவன், வேலைக்காரன் எல்லாம். "ஏண்டா டேலே'' என்று சொல்லி நிமிர்ந்து கைகளைக் கட்டிக்கொண்டு நின்றான் கூத்தாடி. "உருளைக்கிழங்கு போண்டா டேலே" என்றான் சின்னப்பயல் "என்னடா நீ சின்னப்பயலா லெட்சணமாக இல்லையே!" என்றான் கூத்தாடி.

சிறுவனோ துடுக்காக "என்னலே நீ பெரிய மனுஷனா அழகா ஒண்ணுமில்லையே!'' என்று கத்தினான்.

"அடே! நான் இப்ப இன்ன செய்யப்போறேன் தெரியுமா?" என்ற கேள்வி கிளம்பியது கூத்தாடியிடமிருந்து.

"தெரியும்!"

"என்னாது?"

"நின்னுக்கிட்டு முழிக்கப்போறே!"

"போடா சின்னப்பயலே!" என்றான் தலைவன்.

"வாடா பெரிய பயலே" என்றான் அந்தச் சோக்ரா!

கூத்தாடி இதிலெல்லாம் கோபமடைவதில்லை. இதுதான் ஹாஸ்யம் என்பது அவனது எண்ணம்.

பார்க்கிறவர்களைச் சிரிக்கச்செய்து மனமிரங்கவைக்க வேண்டுமே.

மானம் அவமானம் என்றால் முடியுமா?

வயிறு இருக்கிறதே!

“அடே நான் இப்ப வேடிக்கை காட்டப்போறேன்" என அறிவித்தான் கூத்தாடி. சின்னப்பயலோ “அட, நீயா, அல்லது நானா?" என்றான்.

“யாரோ பார்க்கலாம்.”

"சரி. பார்க்கலாமே!" இப்படிச் சொல்லுக்குச் சொல் இடக்குடன் அவனது பேச்சும் கூத்தாடியின் வேடிக்கைகளும் எவ்வுகின்றன.

"டே, இப்ப நான் என்ன செய்யப்போறேன் தெரியுமா?

"தெரியும்!"

"என்னாது?"

"நான் ஏன் சொல்லவேணும்?” என்றான் சின்னப் பயல். “போடா முட்டாள்!"

“நீதான் முட்டாள்" என்ற சிறுவனின் நொடிப்பைக் கேளாதவன் போலவே கூத்தாடி ஒரு சிறுமியை அழைத்து வந்தான்.

"இது யார் தெரியுமா?" "குழந்தைபோல்தான் தெரியுது" என்றான் சோக்ரா.

அவன் வேடிக்கையாகத்தான் சொன்னான். ஆனாலும் சிறுமியின் தோற்றமும் அப்படித்தான்! பருவத்திற்கேற்றபடி வளர்ச்சியடையாத அங்கங்கள். எலும்பு கிழித்துக்கொண்டு வருவது போன்ற மார்பு. ஒட்டிய வயிறு. ஏழ்மையின்

கைத்திறன் ஒவ்வோர் அங்கத்தின் குழைவுகளிலும் விளம்பரப்படுத்தப்படுகிறது.

ஆச்சர்யம்!

கூத்தாடி சிறுமியை ஒரு மூங்கில் கம்பால் தாங்கி உயரே தூக்குகிறான். அது என்ன உயிருள்ள சிறுமியா? இல்லை துணிப் பொம்மையா! உயிரற்ற குழல்களைப்போல

கால்களும் கைகளும் ஊசலாட குழந்தையே ஒரு பொம்மைபோல்தான் கிடக்கிறது மூங்கிலின் உச்சியிலே!

வேடிக்கை!

ஆம்; வேடிக்கைதான். தன் வயிற்றை வளர்க்க ஒரு ஜீவனுக்கு வேதனையளிக்கும் வேடிக்கை! பிறகு சிறுமியை தரையில் நிறுத்திவிட்டு அடுத்த வேடிக்கையைக் காட்ட ஆரம்பித்தான் கூத்தாடி.

சிறுமியின் கால்களை மடக்கினான்;

கைகளை மடித்தான்; குழந்தையையே ஒரு துணியில் வைத்துப் பொட்டணமாகக் கட்டிவிட்டான். சின்னப்பயல் "இது என்ன மூட்டை ஐயா?" என்றான்.

"இதா... ஜவுளி மூட்டைடா" என ஏகத்தாளமாக பதில் அளித்தான் கூத்தாடி. "ஜவுளி மூட்டையா அது?"

உயிருள்ள சதை மூட்டை!

பாவி, குழந்தையை எவ்வளவு நாட்களாகச் சித்ரவதை செய்தானோ?

குழந்தையின் கைகளை முறித்து, கால்களை ஒடித்து எத்தனை மாதங்கள் இந்தப் பயிற்சி அளித்தானோ?

அந்தச் சிறுமியின் மோனத் துடிப்பு, அவளது அங்கங்களின் அலறல் அவனது காதில் விழவில்லையா? எங்கே

கேட்கப்போகிறது! புற உலகக் கூச்சல்களையும், தன்னைச் சார்ந்த ஜந்து'க்களின் சுக- துக்கங்களையும் அவனது கண்ணிலும் காதிலும் படாதபடி மறைக்கும் இயந்திரம் அவனுள்ளேயே பதுங்கிக் கிடக்கிறதே!

ஆம்; அவனது வயிறுதான்.

கூத்தாடி அந்தச் சிறுமியை ஒரு படுக்கையில் படுக்கவைத்துவிட்டு, தான் செய்யப்போகும் கீர்த்திப் பிரதாபங்களை அளந்தான்.

"பிள்ளையைப் பெற்ற தாய்மார்களே! இரக்கமுள்ள பெரியோர்களே! பணம் படைத்த கனவான்களே! இந்தச் சின்னக் குழந்தையின் துயரம் உங்களுக்குத் தெரியவில்லையா? இரக்கம் வரவில்லையா?'' எனப் பிரலாபித்தான். சின்னப்பயல் தாம்பாளத்தை எடுத்துக்கொண்டு காசு வாங்கக் கிளம்பிவிட்டான். "ஐயோ, பிள்ளை பெறாத மங்கைமார்களே.... இரக்கமில்லாத சிறுவர்களே.... பணத்தை வீட்டில் வைத்துவிட்டு வந்துள்ள கனவான்களே... காசு போடுங்கோ!.... ஐயா இன்னும் வேடிக்கை காட்டுவாரு!" எனக் கத்தினான்.

இது கெண்டை மொழியா? சமூகத்திற்குச் சாட்டையடியா? அந்த மூலையிலிருந்தும், இந்தப் பக்கத்திலிருந்தும் அங்கொன்றும் இங்கொன்றுமாக காலணாக் காசுகள் அவன் தட்டத்தில் வந்து விழுந்தன. காசு விழும் 'டக்'கெனும் ஓசைக்கு ஈடாக கூத்தாடியின் கொட்டு 'டம் டம்' என நாதம் எழச் செய்தது.

கூத்தாடி தனது பெரிய வித்தையைக் காட்ட ஆரம்பித்தான். சிறுமியின் கழுத்தை அறுத்து இரத்தத்தை எடுத்துக் காட்டிவிட்டு, மீண்டும் குழந்தையை உயிர் பெற்றெழச் செய்யும் ஜாலவித்தை.

கூத்தாடி கத்தியைத் துணியால் மூடிய குழந்தையின் கழுத்தருகிள் கொண்டு சென்றான். இரத்தக் கறை படிந்த

கையுடன் நிமிர்ந்தான்; அவனது கண்கள் வரப்போகும் வெற்றியை எண்ணி ஜ்வலித்தன. "கண்கட்டி வித்தை" என முணுமுணுத்தனர் சிலர். "கத்தாழம் பழக் கறை" என்று அபிப்பிராயம் கூறினர் பலர்.

ஆனால் அன்று...... அந்தக் குழந்தையின் துடிப்பைக் கவனிக்கவில்லை. நீண்ட அலறலை அறியவில்லை; துணியில் ஓடிய இரத்தப் பெருக்கை உணரவில்லை. கூத்தாடி "ஜ.... மந்திரக்காளி!" என்று சுடக்கிவிட்டு "ஏட்டி... சின்னாயி!" என்று கூப்பிட்டான். அப்பொழுதுதான் அறுபட்ட தொண்டையிலிருந்து தப்பிய ஒரு சோக ஒலி காற்றோடு காற்றாய்க் கலந்து மறைந்தது.

"ஏட்டி சின்னாயி!" என்று மறுபடியும் கூப்பிட்டான் அம்மந்திரவாதி" "செத்துப்போச்சே!" என உதட்டைப் பிதுக்கி கைகளை விரித்தான் சின்னப்பயல்.

"என்ன!" என்று ஆச்சரியத்துடன் மேலே கிடந்த துணியை இழுத்தான் கூத்தாடி. குழந்தை இரத்த நீரில் புரண்டு கிடந்தது. தொண்டையில் பட்ட ஒரு வெட்டின் வழியாக இரத்தம் பொங்கி வழிந்தது. "ஐயோ..!" என அலறினான் கூத்தாடி.

"என் புள்ளே!" என அலறி அடித்துக்கொண்டு ஓடி வந்தாள் ஒருத்தி. ஏழ்மையின் விக்கிரகம்.

குழந்தையின் தாய்; அவனது மனைவி.

"நீ நாசமாய் போனே... உன் மந்திரமும் நீயும்!" எனக் கதறினாள் அவள். தாயுள்ளம் அளவு மீறித் துடித்தது.

அவன் மிரள மிரள விழித்து நின்றான். அன்று அவனது தந்திரமும் மந்திரமும் மண்ணைக் கவ்வின. தந்திரமாய்ச் செருகிய கத்தி உண்மையாகப் பாய்ந்துவிட்டது. குழந்தையின் கழுத்திலே! தெருக்கூத்து அன்று தோல்வியை அறிந்தது. ஆனால் மறலியின் கூத்து இளம் இரத்தத்தைச் சுவைத்து

வெறிகொண்டது.

கூற்றுவனின் வயிறு ஓர் ஏழையின் இரத்தத்தால் நிரம்பிவிடுமா? வேடிக்கை பார்க்க வந்தவர்கள் கூத்தாடியைத் திட்டினர். அவன் மிரண்டு நோக்கினான். ஏக்கம் நிறைந்த கண் குழிகளில் தோன்றிய பயத்தை, சிறு சிறு நீர்த்துளிகள் மறைத்தன. அவனது உள்ளமோ கொந்தளித்தது, பல வகைக் குமுறல்களால் கட்டுக்கடங்காத கடலைப் போல! பல ரக உணர்வுகளையும் படம் பிடித்துக் காட்டியது கரடுமுரடான அந்த முகம்.

அவன் கைகளைப் பிசைந்து நின்றான்.

அவ்வேளையிலே அவன் கழுத்திலே விழுந்தன சட்டத்தின் இரும்புக்கரங்கள் இரு போலீஸ் கரங்களாக! கைகளைப் பிணைத்தது சட்டத்தின் தளை இரும்புச்சங்கிலி வடிவில்.

"ஐயோ.... சாமி.... நான் வேணுமின்னு செய்யலியே!" என அலறினான் அவன். அவனுக்கு - அந்த அலறலுக்கு - போலீஸ் தடி பதில் சொல்லிற்று. அந்தக் கட்டை உணருமா உள்ளமும் வயிறும் எதிரொலிக்கும் துடிப்புகளை. தெருக்கூத்தைக் காண வந்த மக்கள் இத்திருக்கூத்திற்காகக் கூடினர். போலீஸ் அதிகாரம் அவர்களை விரட்டியடிக்கவே கூட்டம் சிறிது சிறிதாகக் கலைந்தது. அவள் இறந்த குழந்தையைத் தோளில் கிடத்திச் சென்றாள் ஒரு சந்திரமதிபோல! கூத்தாடியைக் கூட்டிச் சென்ற போலீசார் பின்னாலேயே அழுதுகொண்டு போனாள். கெஞ்சினாள்; அழுதாள்;

அலறினாள்; வயிற்றில் அடித்தாள் - அவனை விட்டுவிடும்படி!

இருந்தாலுமென்ன? ஏழைகள் கூத்து, சட்டத்தைத் தாண்ட முடியுமா?

12. காணிக்கை

கோயிலின் ஆலாட்சி மணி விம்மி விம்மி ஒலித்தது, பக்தர்களைக் கூவி அழைப்பதுபோல, அதன் அலறலைக் கவனியாமலே ஆட்கள் வந்தனர்; போயினர். சந்நிதி முன் கும்பிட்டும் வம்பளந்தும் நின்றனர். அவர்கள் அனைவரும் அந்தரங்க சுத்தியாய் அங்கு தெய்வத்தைப் பூஜிக்கத்தான் வந்தார்களா?

எவ்வளவு வர்ண ஜாலங்கள் செய்ய முடியுமோ அவ்வளவும் காட்டும் விதவிதப் பகட்டுடை புனைந்து, முகத்திலே பவுடரும், தலையிலே பூவுமாய் - அத்தகைய அலங்காரம் செய்துகொள்ள அவர்கள் எவ்வளவு சிரமப்பட்டார்களோ!- அப்ஸரஸ்கள் என்ற நினைவிலே திரிகின்றனரே, சிறகடிக்கும் பட்டுப்பூச்சிகள் போல, இவர்களா கோயிலில் கடவுளைக் காண வந்த பக்தைகள்? உதடுகளில் முணுமுணுப்பும், கண்களிலே கள்ளக் குறுகுறுப்புமாய் அங்குமிங்கும் அலையும் ஆண்களா தெய்வ சாந்நித்தியத்தில் பக்தி செய்ய வந்தார்கள்?

அவர்கள் கர்ப்பக்கிருக இருளிலே ஜோதி காண வரவில்லையே! தம் அழகொளியை விட்டெறியவும், அப்படி மின்சார விளக்கொளி பட்டுத் தெறிக்க மின்னுகின்ற பாவையர் எழில் கண்டு களிக்கவுமே பெண்களும் ஆண்களும் அங்கு குழுமுவதுபோல தோன்றுகிறது.

அது கடவுளின் வீடுதான். புனித பவனம்தான். ஆனால் நாகரிக யுகத்திலே உள்ளும் புறமும் இணைந்தா எல்லாம் விளங்குகின்றன.

சில பக்தர்களுக்கும் பஞ்சமில்லை அந்த இடத்திலே "எல்லோரும் வாருங்கள். எல்லோரும் வாருங்கள்!" என்பதுபோல முழங்கிக்கொண்டிருந்தது ஆலாட்சி மணி.

அன்று என்னவோ திருநாள்!

ஜாஜ்வல்யமாக ஜொலித்தது தேவனின் சூழ்நிலை. பளிச்சிடும் எலக்டிரிக் விளக்குகளுடன், வாசலையொட்டி வளைத்துவிடப்பட்டுள்ள சரவிளக்குகளும் அழகாக மிளிர்ந்தன. கோத்துக் கட்டிய நட்சத்திரங்கள்போல. `அந்தகாரத்தின் சாயைகள்போல' ஆட்கள் வரவில்லை, போகவில்லை. ஆனால்.... தாம்பாளத்தில் தேங்காய் பழங்களுடன், செல்வ மகளைக் கையில் பிடித்து, ஆனந்தமாக நடந்துவரும் அன்னையர் எத்தனை பேர்.... வண்ண மயில்கள் என்ற நினைவுடன், விசிறித் தலைப்புகள் அலைப்புற, இயற்கை எழிலும் போலிப் பகட்டும் மினுங்கக் குதூகலித்துத் திரியும் நவயுக பிம்பங்கள் எவ்வளவு.... மோட்சத் தியேட்டரிலே சுகமான `ஸீட் ரிசர்வ்' செய்யப் போட்டியிட்டுவரும் பாட்டிகள் என்ன.... தேவாரம் மணக்கும் வாயும் கவலைகள் மண்டும் மனமுமாய் நடமாடும் மனிதர்கள்.... ஆலயம் என்பது அழகின் உறைவிடம்; அதைக் காண்பதே மிகவும் இனிமை என்ற `வேதந்தம்' பேசும் யுவர்கள்... பக்தி செய்யும் `பத்தாம் பசலிகள்- இப்படியாகப் பலபல உருவங்களும் கூடி கலகலப்பாக இருந்தது அந்த இடம் வருஷத்தில் பாதிக்குமேல் `அனுபவ பாத்தியதை' கொண்டாடும் தங்கள் சாந்தியைக் குலைக்கப் புகுந்தனவே இந்த ஜந்துக்கள் என்று திட்டுவதுபோல கோயிலின் பூர்வீகக் குடிகளான வௌவால்கள் `கிரீச்.... கிரீச்...' சென அலறிப் பறந்தன.

பூஜை நடக்க இன்னும் நேரமாகும். அதுவரை அங்கு கூடியவர்களின் பொழுது தொலைய வேண்டாமா? என்னென்னவோ செய்தனர்.

தேங்காய் பழத் தட்டுகளை கீழே வைத்துவிட்டு, சும்மா இருக்கும் வாயில் சொல் அசை போட்டனர்.

இந்த நாகரிக யுகத்திலே பக்திகூட வியாபாரம் ஆகிவிட்டது. தேங்காய் பழத்தை மட்டும் கொடுத்து புரோகிதர் சிபார்சு

மூலம், கடவுளையே மயக்கி தம் காரியத்தைச் சாதித்துக்கொள்ளலாம் என்பது இரும்பு யுக மனிதனின்மனப்பான்மை போலும்! இல்லாவிடில், அர்ச்சகர் மணியடித்து தீபாராதனை செய்வதுதான் முக்கியம், அதுவரை ஓட்டடா மனதை பற்பல நினைவில் என்ற தன்மையிலே அவர்கள் நடந்துகொள்வது ஏனோ?

ஒரு கிழவர், சிரத்தையாக பக்திப் பாடல் ஒன்றை முணுமுணுத்துக் கொண்டிருந்தார். திரையிலே நடமாடும் நாகரிக நிழல் நேரில் உருப்பெற்று நிற்பதுபோல் விளக்கொளியில் மினுமினுத்த மங்கை ஒருத்தியையே பார்த்து வந்த ஒருவர் அவர்மீது மோதி விழத் தெரிந்தார். அவர் காலோ தெய்வத்திற்கு அன்பின் காணிக்கையாக அர்ப்பணிக்க வைத்திருந்த தேங்காய் பழத்தை இடறிவிட்டது.

"என்னய்யா இது!" எனச் சீறினார் பக்தர்.

வாலிபர் "சிவ சிவ" என்று கூறிக் குனிந்து, சிதறியதைச் சரிப்படுத்திவிட்டு நகர்ந்தார். அவரது விட்டிற்கண்கள் நவயுவ ஜோதிகளுக்காகத் திரிந்துகொண்டிருந்தன.

ஆண்களும் பெண்களும் தம் கண்களில் தனி நாடகம் நடத்தி நிற்கும் வேளையிலேயே மணிகள் ஆர்த்தன. பக்தர்கள் சன்னதி முன் திரள வியந்தனர். மனதில் சூன்யமிருப்பினும் சூடவொளியிலும் சேகண்டி முழக்கிடையும் இறைவனைக் காண விரைந்தனர் அவர்கள்.

கன்னங்களில் தட்டிக்கொள்கிறார்கள். கைகளைக் குவிக்கிறார்கள். மனிதக் காட்டை ஊடுருவி விக்ரகத்தைத் தரிசிக்க கழுத்தை, நெருப்புக்கோழிபோல் நீட்டுகிறார்கள். 'விலகு மறைக்காதே! தள்ளய்யா. இங்கே உள்ளவர்களுக்குத் தெரிய வேணாம்?.....' இந்த ஆரவாரிப்புத்தான் ஈசனைக் காணத் துடிக்கும் இதயத்தின் ஒலியோ?

ஆராதனை முடிந்தது. சிறிது சிறிதாக நவயுக பிம்பங்கள் இருளில் கலந்து மறைந்தன. இவ்வளவு நேரமும் சுவர் அருகிலே ஒண்டி நின்ற உருவம் ஒன்று முன் வந்தது.

விளக்கு வெளிச்சத்திலே பார்த்தால்...?

தரித்திர தேவதையின் செல்வப் புதல்வி!

கிழிந்த ஆடை. சிக்குப்பிடித்துக் காடாய்க் கிடந்த தலை, ஒட்டிக்கிடந்த கன்னம். நம் நாட்டுத் தரித்திர நாராயணர்களின் சரியான பிரதிநிதி.

சிறைச் சுவர்போல் நின்ற கூட்டம் கலைந்ததும் அவள் தயங்கித் தயங்கி சன்னதி முன் வந்தாள். கையில் இலை சுற்றிய கட்டு ஒன்றிருந்தது. "சாமி..."

அர்ச்சகர் திடுக்கிட்டார். உற்றுப்பார்த்தார்.

"ஏ பிணமே! நீ யார்? என்ன சாதி? ஏன் வந்தே?" என்று பாணம் வீசினார். எல்லார்க்கும் தந்தையாம் அண்ணலின் ஆலயத்திலே அவன் சிசு ஒன்றுக்குக் கிட்டும் வரவேற்பா இது? “சாமி, ஒரு காணிக்கை” என்றாள் அவள் தீனக்குரலில், காசு வருமோ என்ற ஆவலுடன் “என்னவாம்? ஏதாவது அர்ச்சனை கிர்ச்சனை..." என இழுத்தார் பட்டர்.

“அதில்லாம் இல்லே, சாமி என் மவன் - ஒரே பிள்ளை. காச்சலாப் படுத்து ரொம்பக் கஷ்டப்பட்டான். தெய்வமே நீதான் துணை...." “அதுதான் இருக்கவே இருக்கே! ஏ, நீ கதை பேசவா வந்தே இங்கே. சட்டுனு சொல்லி அழு” என அவர் உறுமினார்.

"கடவுள் கிருபையாலே அவன் பிழைச்சு எழுந்தான். அதுக்கு முன்னாலே... நான் சாமிக்கு மாலை வாங்கிப் போடுற நேர்ந்திருந்தேன்... அதுதான்...."

அவள் தன் கையில் இருந்த, இலையில் பொதிந்து கட்டப்பட்டிருந்த, பூ ஆரத்தை அவர் கையிலே தர நீட்டினாள். அவர் கர்ஜித்தார்.

"பீடை, கீழே வை. கையிலா கொடுக்க வாறே?..... இதை சாமிக்குச் சாத்தணுமாக்கும்?"

"அவள் அதைக் கீழே வைத்துவிட்டு, "சாமி, நல்லாருப்பீக. இந்த ஏழை செய்ய முடிந்தது இதுதான். மனதாரக் கொண்டுவந்த காணிக்கையை கடவுள் ஏற்காமலா இருப்பாரு?" என அவள் கை குவித்தாள்.

கடவுள் ஏற்றாலும், மனம் கல்லான கடவுளின் பூலோகப் பிரதிநிதி "சரிதான். ஆனால் இதுக்கு தட்சிணை எங்கே?" என அதட்டினார்.

"சாமி, மாலைக்குமா தட்சிணை?" என அவள் தயங்கினாள்.

"பின்னே!"

"சாமி, காசில்லை கையிலே, சேர்த்து வைத்ததெல்லாம் வைத்தியம் பார்த்ததுலே போயிட்டுது. கையிலேருந்த ரெண்டணாவிலே பூ வாங்கிட்டு...." "தரித்திரமே உன் கணக்கு யாருக்கு வேணும்? தட்சணை இல்லாவிடில் ஒண்ணும் ஆகாது" என்றார் அவர் கண்டிப்பாக.

"சாமி கிருபை செய்யுங்க..."

"ஊஹூம்" எனத் தலையசைத்ததும், அவள் "அரையணா இருக்கு. அவ்வளவுதான்..." என்று கந்தல் துணியின் முனை ஒன்றில் முடிந்திருந்த காசை அவிழ்க்கத் தொடங்கினாள்.

"மூதேவி, பிச்சைக் காசா தர வந்தே! போ நாயே!" என ஏசி கீழே இருந்த பூவை - ஏழையுள்ளம் உண்மை அன்புடன் சமர்ப்பிக்கும் காணிக்கையை - உதைத்துத் தள்ளினார். களங்கமற்ற உள்ளத்தின் உருப்போன்ற வெள்ளை முல்லைச் சரம் மண்ணிலே விழுந்து மாசு படிந்தது. அதே வேளையில்

அவள் உள்ளத்திலும் ஆழமான வடுப்பட்டது. “கடவுளே, கண்ணில்லையா உனக்கு” என மோனமாகப் பிரார்த்தித்தது அவள் மனம்.

“என்ன சாதியோ, எழவோ! கடவுளுக்குச் சாற்ற புஷ்பம் கொண்டு வந்துவிட்டாள். பீடை” எனக் கரித்துக் கொண்டிருந்தார் அர்ச்சகர்.

காசு கையில் வந்தால் இக்குறை பறந்திராதா!

அப்பொழுதுதான் “அம்மையே! அப்பா! ஒப்பிலா மணியே!” என நீட்டி முழக்கியவண்ணம் பட்டணிந்த பெரியார் ஒருவர் உள்ளே நுழைந்தார். பணப் பெருமையும் சுக வாழ்வும் அவர் மேனியில் மெருகுடன் மிளிர்ந்தன. அவர் பின்னால் ஒரு வேலையாள் தேங்காய் முதலிய தாங்கிய தாம்பாளம் ஏந்தி வந்தான். அர்ச்சகர் கூழைக்கும்பிடுடன், “வரணும், வரணும்” என உபசரித்தார். “அர்ச்சனை பண்ணணும். தாம்பாளத்தை அங்கே கொடுடா... இந்தாங்க” என எட்டணா நாணயத்தை நீட்டினார் செல்வர். அதை பல்லெல்லாம் காட்டிப் பணிவுடன் பெற்றுக்கொண்டார் பட்டர்.

“நேர்த்திக் கடன்” செலுத்த முடியாக் குறையால் புண்பட்டு நின்ற அவள் கண்களில் நீர் மல்க நின்றாள். “ஏ இங்கென்ன! வெளியே போ” எனச் சீறினார் செல்வர்.

உலகின் அம்மையும் அப்பனும் ஆன அண்ணலின் சன்னதியிலே பணமும் ஏழ்மையும் ஒன்றாக நிற்பதாவது!

பட்டர் தாம்பாளத்தை வாங்கிக்கொள்ள கை நீட்டினார். பராக்குப் பார்த்தபடியே வேலையாள் கொடுத்த அது தவறி தரையில் விழுந்தது. `டண் டணார்' என்ற ஓசை எழுந்தது. உடைந்த அவள் உள்ளத்து எதிரொலிபோல.

அவள் சோர்ந்துவிட்ட இதயத்துடன் திரும்பி நடந்தாள்.

அண்டம் அத்தனையும் நின்றாட தான் ஆடி மகிழும் அண்ணல், எல்லாவற்றையும் கண்டும் சிலையாகத்தான் நின்றான் கர்ப்பக்கிரக இருளிலே.

முற்றும்.

★★★

www.ingramcontent.com/pod-product-compliance
Lightning Source LLC
LaVergne TN
LVHW051125051026
849532LV00004BB/1679